கிரேசி கிரியேஷன்ஸின்

ஒரு பேயியின் டைரிக் குறிப்பு...

கிரேஸி
மோகன்

அறிவே விளக்கு
அல்லயன்ஸ்

அல்லயன்ஸ்

[125 - வது ஆண்டைக் கொண்டாடும் முதல் தமிழ்ப் புத்தக நிறுவனம்]

ஒரு பேபியின் டைரிக் குறிப்பு...

Orru Babyin Diary Kuruppu...

முதற் பதிப்பு : 2025

அட்டை ஓவியம்: கேஷவ்

ISBN	:	978-93-6358-566-9
Total No. of Pages	:	176 Pages
Laser Typeset	:	Rani Graphics, Chennai - 04
Printing	:	Repro Books Ltd., India

THE ALLIANCE COMPANY

Publishers & Booksellers

Old No. 244, New No. 64, Ramakrishna Mutt Road, Mylapore, Chennai - 600 004.
Tel.: 044 - 2464 1314 | Mob.: 928 928 1314
www. alliancebook.com ◆ email: books@alliancebook.com

சமர்ப்பணம்

விக்னேஷ்

எனக்கும் மோகனுக்கும் நெருங்கிய நண்பரான வைத்தியநாதன் என்னும் வைத்தியின் மகன். ஒரு குட்டி **Prodigy.** 9 வயதிலேயே நமது நிறைய சீரியல்களில் நடித்து இருக்கிறார். நடிப்பு, நகைச்சுவை, சங்கீதம் என்று இவருக்கு தெரியாத கலை இல்லை எனலாம். எங்கள் **Crazy Creations**ன் வெள்ளி விழா கொண்டாட்டத்தில் இவர் பாடிய கடவுள் வாழ்த்து, **Dr** பத்மா சுப்ரமணியம், **Dr** கமல்ஹாசன் போன்ற சான்றோரின் வாழ்த்தை பெற்றது. இப்படி ஒரு குழந்தையை தன் அருகிலேயே இருக்க எண்ணினார்போலும் இறைவன்; அக்குழந்தையை, 16 வயதிலேயே திருப்பி தன்னோடு சேர்த்துக்கொண்டார். என்றுமே **Crazy Creations**ல் நீங்கா இடம் விக்னேஷுக்கு உண்டு.

'Crazy' Thoughts

ஒரு கலைஞன் இல்லாதபோதும் பெருமை தொடரலாம். ஆனால் அப்பெருமை அக்கலைஞன் இருந்தபோது உருவாக்கியது.

அவர் இப்போது இல்லை என்பது என் மனதிற்குள் பதிவாகவில்லை. 'கிரேசிக்கு ஒரு போன் போடலாமே' என்று ஒரு வினாடி சிந்தனை தோன்றி மறைவதும் உண்டு.

என் மனதிலும், என் தொடர்பு எண் பட்டியலிலும் அழியாத, அழிக்க முடியாத சில பெயர்கள் இருக்கின்றன. KB சார், நாகேஷ் சார், அனந்து சார், சந்திரஹாசன்... இப்போ மோகன். இது நட்பையும் தாண்டியது. அவரை மோகனஹாசன் என்றே சொல்லலாம்.

Crazy மோகன் is a simple man. 'இது நான் சொன்னது, இது நான் எழுதினது, இது என்னோடது' என்று அவருக்கு எந்த எண்ணமும் கிடையாது. தான் சிந்தித்தவற்றை, பக்கத்தில்

இருப்பவர்களுக்குக் கொடுப்பதில் அவருக்கு ஒருபோதும் எந்தத் தயக்கமும் இருந்ததே இல்லை. பேனாவைத் திறந்தால் எழுத்து வரும்.

வரும் என்கிற நம்பிக்கை இருப்பவர்களுக்கு மட்டும்தான் அந்தத் துணிச்சல் வரும். அவரிடம் நகைச்சுவை மட்டும்தான் இருந்ததே தவிர, போட்டி, பொறாமை, வீண் வம்பு என்று எதையும் நான் பார்த்தது இல்லை.

அவருடைய craziness ஒரு ஒட்டுவாரொட்டி. எனக்கும் அந்த வியாதி உண்டு. அதை நான் சந்தோஷமாகப் பயன்படுத்திக்கொண்டு இருக்கிறேன்.

மோகன் மாதிரி tangential-ஆக humour யோசிக்கிற ஆள் ‘யாம் அறிந்த இந்தியாவிலே எங்கும் காணோம்.’ இதை பாரதி சொன்ன அதே திமிருடனேயே நானும் சொல்கிறேன்.

நாகேஷ், மௌலி, நான், மோகன் எல்லாம் ஒரு lineage. I definitely think a connecting wire runs between us. என் கதையில், அவர் கதை கொஞ்சம் கலக்காமல் இருக்காது. மோகன் கதையில் மௌலி சார் கதை கலக்காமல் இருக்காது.

இந்தியாவின் பெரிய காமெடி writer Mohan. ஆனால் உள்ளுக் குள் சீரியஸான ஆள். அவரது சீரியஸ் முகத்தை அவர் வெளியே கொண்டுவரவே இல்லை என்கிற என் வருத்தத்துக்கு பதில்தான் அவரோட ‘ரமணாயணம்’.

பொதுவாக சுடுகாடு என்பது முடிவைக் குறிக்கும். ஆனால் St. Mary's இடுகாட்டில் ஆரம்பித்த எங்கள் நட்பு, இன்றும் என்றும் Mohan அவர்களின் நகைச்சுவையைப் போல காலத்தால் அழியாதிருக்கும்.

கமல்ஹாசன்

22.08.2024

வாழ்த்துரை

திரு. கிரேஸி மோகன் அவர்களின் எழுத்தாற்றல் தனி பிரசித்தி உடையது. அவரை சுமார் 33 வருடத்திற்கு முன்பாக எனது நண்பர் திரு இராமநாதன் (பழம்பெரும் கர்நாடக சங்கீத வித்வான் திரு. ராம்நாத் அவர்களின் மகன்) அவர்களால் அறிமுகப்படுத்தப் பட்டேன். திரு. மோகன் அவர்களின் எழுத்தாற்றல், வசனம் என்றும் ஒரு unbelievable humour with profound message. மேலும் அவரது பாணியில் வம்புகளுக்குக் கண்டிப்பாக இடமில்லை. இது யார் மனதையும் புண்படுத்தாத humour. சிறிய குழந்தைகள் முதல் வயதானவர்கள் வரை ஈர்க்கும் இவரது பாணி. திரு. கிரேஸி மோகன் had a very great value system with which he lived, has made him a distinct human being.

Very happy to note that his able brother Mr. Madhu Balaji along with Crazy Creations team are carrying the legacy of Mr. Mohan with young fresh talents, thus keeping his humour and dialogues alive for next generation. This book containing Mohan's work is a great tribute for his contribution.

ரவி அப்பாசாமி

இந்த நாடகம்

இந்த நாடகம் நாங்கள் எங்களது ஒன்பதாவது வருஷத்தில் அதாவது 1989ல் போட்டது. ஒரு நல்ல கதையம்சம் உள்ள நகைச்சுவை நாடகம் இது. அதுக்கப்புறம் டி.வி. சீரியலாகூட இதை எடுத்தோம். அதுவும் ரொம்ப பாப்புலராச்சு. தூர்தர்ஷன்ல 16 எபிஸோட் பண்ணோம். ரொம்பப் பிரமாதமா போச்சு.

கதை என்னன்னா... மாது, ஜானகி கல்யாணம் ஆனவங்க. மாதுக்கு ஒரு தாத்தா. அந்த தாத்தா 'பேரனை பார்க்கணும்... பேரனை பார்க்கணும்'னு சொல்லிண்டிருப்பார். இவங்க இரண்டு பேரும் இப்போதைக்குக் குழந்தை வேண்டாம்னு தள்ளி போட்டுருப்பாங்க. தாத்தா, 'நான் எப்போ வேணாலும் இறந்து போகலாம். அதனால குழந்தையை பார்க்கணும்'னு சொல்லுவார். இவங்க டாக்டர் கிட்ட எல்லாம் போய் விசாரிப்பாங்க. என்னமோ மாதுக்குக் குழந்தை பொறக்காது. கொஞ்சம் 'டிலே' ஆகும். ஆனா தாத்தா, 'உனக்குக் குழந்தை பொறந்தாதான் என் சொத்தை எல்லாம் உன் பேருக்கு எழுதுவேன். இல்லைன்னா அனாதை ஆசிரமத்துக்கு எழுதிடுவேன்'னு சொல்வார். இவனுக்கு என்ன பண்றதுன்னே தெரியாது. ஜானகியோட உட்கார்ந்து 'டிஸ்கஸ்' பண்ணுவான்.

அப்போ மாதுவோட மாமனார் ஒரு ஐடியா கொடுப்பார், 'வாங்க! கிராமத்து கோவிலுக்குப் போயி சேவிச்சிட்டு வரலாம்'னு. இவங்க கிராமத்துக்குப் போவாங்க. அங்க சீனாதானான்னு ஒரு கிராமத்துக்காரனை பார்ப்பான். அவனுக்கு 16 குழந்தைகள். அவன் பொண்டாட்டி மறுபடியும் கர்ப்பமா இருப்பாள். அப்போ மாதுவோட மாமனார், 'நீ அந்த பொறக்கப் போற குழந்தையை கேட்டுப் பாரு. நாம ஜானகி கர்ப்பமா இருக்கான்னு சொல்லிடுவோம். தாத்தாவும் நம்பிடுவார். ஒரு ஆறு மாசம் ஜானகி பொறந்த வீட்டுக்குப் போகணும்னு சொல்லிட்டு, அந்த சீனாதானாக்குப் பொறந்த குழந்தையை எடுத்துண்டு போயி, நம்ம குழந்தைன்னு கொடுத்திடலாம். சீனாதானா கிட்ட கேட்டுப்பாரு. ஏற்கனவே அவனுக்கு 16 குழந்தை இருக்கு. கண்டிப்பா இந்தக் குழந்தைகளை வளர்க்கறதுக்கு அவனுக்குக் கஷ்டமா இருக்கும். நம்ம கிட்ட கொடுத்துடுவான்' அப்படின்னு ஐடியா சொல்லி, அதன்படி முடிவு செய்வார்கள்.

சீனாதானா கிட்ட போயி கேட்பாங்க. அவனும் ஒத்துண்டுடுவான். அதற்கு பணம் கொடுப்பதாகவும், குழந்தை பொறக்கும் வரை மாது வீட்டிலேயே வந்து தங்கிக் கொள்ளலாம் என்றும் சொல்வார்கள். அதே மாதிரி ஜானகி கர்ப்பமாயிருக்கான்னு தாத்தாகிட்ட சொல்லியாச்சு. வயத்துல துணியை சுற்றி அவள் கர்ப்பமா இருக்காங்கற மாதிரி காட்டிடுவாங்க. சில மாதங்களில் குழந்தையும் பொறந்திடும். குழந்தையை தாத்தா கையில கொடுப்பாங்க. ஜானகிக்குப் பொறந்த குழந்தைன்னு தாத்தா ரொம்ப மகிழ்ச்சியடைவார். திடீர்னு அந்த சமயத்துல, சிங்கப்பூர் தாத்தான்னு ஒருத்தர் வெளியூர்லேந்து வருவார். அவர் யாருன்னா... சீனாதானாவோட தாத்தா. அவர் சிங்கப்பூர்ல இருந்தவர். இத்தனை நாளா இல்லாத தாத்தா திடீர்னு வருவார்.

வந்து, 'என்னுடைய சொத்து சிங்கப்பூர்ல நிறைய இருக்கு. எல்லாத்தையும் நான் உனக்குப் பொறக்கப்போற 17வது குழந்தை பேருல எழுதப் போறேன்' அப்படின்னு ஒரு குண்டை தூக்கிப் போடுவார். 'ஐயையோ! இப்பதான குழந்தையை மாதுக்குக் கொடுத்தோம். இவர் வந்து இந்த மாதிரி குண்டை தூக்கிப் போடறாரே'ன்னு சொல்லிட்டு, இவங்க போயி மாதுகிட்ட குழந்தையை கேட்பாங்க. அவன், 'நான் தர மாட்டேன். நம்ம கண்டிஷன் பிரகாரம் நீ எனக்குக் கொடுக்கறேன்னுதான சொன்ன, நான் தர மாட்டேன்'னு சொல்வான். 'இல்லை... இல்லை...! என் குழந்தையை திருப்பிக் கொடு. ஏன்னா அவன் பேருல இவ்வளவு சொத்து வரப்போறது' என்று வேற மாதிரி behave பண்ணுவான். கடைசில தாத்தாக்கு இந்த

விஷயம் தெரியவரும். அதுக்கப்புறம் நல்லபடியா சுபமா நாடகம் முடியும். இதுதான் இந்த நாடகத்தோட கதை.

இந்த நாடகத்தையும் நாங்கள் இந்தியா முழுவதும் போட்டிருக்கோம். நிறைய தடவை போட்டிருக்கோம். டி.வி. சீரியலா இது ரொம்ப பாப்புலர். இதுல முக்கியமா ஒண்ணு சொல்ல வேண்டியது என்னன்னா... அந்த கிராமத்துக்காரன் சீனாதானா ரோல்ல சீனுமோகன் ரொம்ப பிரமாதமா பண்ணுவான். அவனுக்கு மனைவியா உஷா வருவா-அவளும் கிராமத்து பாஷை பேசிண்டு ரொம்ப எக்ஸலண்ட்டா பண்ணுவா. ‘அப்பா’ ரமேஷோட ஆக்டிங் ரொம்ப ‘ஹைலைட்டா’ இருக்கும். அந்த தாத்தாவா நடிப்பான். அவ்ளோ பயங்கரமா கைதட்டல் வாங்குவான். மாமனார் ரோல்ல வெங்கேஷ்னு ஒருத்தன் பண்ணுவான். அவனும் பிரமாதமா பண்ணியிருந்தான். 150 தடவைகளுக்கு மேல இந்த நாடகத்தை வெகு குறுகிய காலத்தில் போட்டிருக்கோம்.

மாது பாலாஜி

Thank You...

I thank our sponsors - **Appaswamy Real Estates, iSolve, The India Cements Limited, Leap Sports and Chennai Super Kings** - for having sponsored our stage plays for the past 35 years.

- Maadhu Balaji

I also appreciate the help of Shri. S. L. Nanu, Smt. Uthra Srinivasan and Smt. Shiela Srinivasan in bringing out this book.

அல்லயன்ஸ்ஸுடன் அல்லயன்ஸ்...

125 வருஷங்களாக இருக்கும் அல்லயன்ஸ் கம்பெனியுடன் எங்களுக்கு ரொம்ப வருஷங்களாகத் தொடர்பு உண்டு. எங்க அப்பா மைலாப்பூர் பிராஞ்ச் இந்தியன் பாங்க்ல அக்கௌண்ட்டண்ட்டா இருந்த காலத்துலேந்தே தொடர்பு உண்டு. அங்கிருந்து நிறைய புஸ்தகங்களை வாங்கி படிச்சிருக்கார்... விரும்பி கேட்டு வாங்கிப் படிப்பார். ஸ்ரீநிவாஸனுடைய அப்பாகிட்டயும், ஸ்ரீநிவாஸன்கிட்டயும் கேட்டு வாங்கிப்பார். ஏன்னா, எங்க அப்பாவுக்கு படிக்கற ஆர்வம் ரொம்ப உண்டு. எங்க அப்பா மாதிரியே மோகனுக்கும் படிக்கற ஆர்வம் இருந்து, அவனும் அல்லயன்ஸ் கம்பெனிலேந்து நிறைய வாங்கி படிப்பான்.

மோகன் எழுத ஆரம்பித்து, ஒரு கட்டத்துல, மைலாப்பூர்ல ஸ்ரீநிவாஸனை சந்திக்கறச்சே எல்லாம், 'சீனு...! நான் உங்க ஆபீஸுக்கு வரேன்... வரேன்...! எங்க டிராமாவ எல்லாம் புஸ்தகமாப் போடணும்' என்று சொல்லிக் கொண்டே இருப்பான். ஸ்ரீநிவாஸன் சாரும் 'வாங்க சார்... வாங்க சார்...'ன்னு சொல்லிக் கொண்டே இருப்பார். சோ சாரும் மோகன் கிட்ட, 'உன் புஸ்தகங்களை யெல்லாம் அல்லயன்ஸ் மூலமா கொண்டு வா. பாதுகாப்பா இருக்கும். நாளைக்கு வருங்கால சந்ததியினருக்கு மிகவும் usefulஆ இருக்கும்' என்று ஒரு தடவை சொன்னார்.

இந்த முயற்சி ரொம்ப நாளா நடந்துண்டே இருந்தது. எல்லாத்துக்கும் மேல மோகன் தன்னுடைய 'டைரி'யில எழுதி வெச்சிருந்தான். அதை நான் மோகன் இறந்து போனதுக்கப்புறம்தான் பார்த்தேன். 'என்னுடைய எழுத்துக்கள் அனைத்தும், நாடகங்கள் மட்டுமல்ல, அனைத்து எழுத்துக்களும் அல்லயன்ஸ் கம்பெனி மூலம்தான் வெளிவரவேண்டும்' என்று எழுதியிருந்தான். ஆனால், முன்னாடி நாங்கள் ஓரிரு புத்தகங்களை வேறு சில பதிப்பகங்களுக்குக் கொடுத்திருந்தோம். அதையெல்லாம் கூட, அவர்களிடம் அனுமதி பெற்று, அல்லயன்ஸ் கிட்ட கொடுத்திருக்கேன். என்ன காரணம்னா, என்னுடைய future generation பேரன்... கொள்ளு பேரன்.... இவங்களெல்லாம் மைலாப்பூர்லதான் naturalஆ வாழப் போறாங்க. இல்லை... வேற எங்கயாவது இருந்தாக்கூட, இந்தப் பக்கம் வந்தால், அவங்களுக்கு தாத்தாவோட contributions வேணும்னா அவர்கள்

அல்லயன்ஸுக்குப் போய் வாங்கிக் கொள்ளலாம். ஒரே இடத்துல எல்லாம் இருந்துதுன்னா சௌகரியமா இருக்கும். அதனாலதான் நான் உடனடியாக ஸ்ரீநிவாஸனிடம் தொடர்பு கொண்டு, வேலையைத் துவக்கினோம்.

ஸ்ரீநிவாஸனுடைய மகன் பிரஷாந்த்தான் என்னுடன் co-ordinate பண்ணினார். Excellent person. அதாவது கண்டிப்பா அல்லயன்ஸ் ஒரு 70...80... வருஷங்களுக்கு Solidஆ இருக்கப் போறதுங்கறதுக்கு உதாரணம் பிரஷாந்த். ஒவ்வொரு விஷயத்தையும் கேட்டுக் கேட்டு, அவ்வளவு நன்றாக வேலை செய்கிறான். இது எனக்கு மிகவும் சந்தோஷம். ஏன்னா.. வேலை ரொம்ப speedஆக நடக்கிறது. மோகனுடைய எழுத்துக்கள் அனைத்தும் புஸ்தக வடிவில், அல்லயன்ஸ் மூலம் வெளிவரும்.

சோ அவர்கள் சொன்ன 'ஜோக்' ஒண்ணுதான் ஞாபகத்துக்கு வருது. 'ஜெனரல்லா அல்லயன்ஸ்னாக்கா ஒரு எலக்ஷன் வரைக்கும் கூட தாங்காது. நூறு ஆண்டுகள் தாங்கின அல்லயன்ஸ் இந்தியாவிலேயே இது ஒண்ணுதான் இருக்கும்.' சோ சொன்னதையேதான் நானும் சொல்றேன். எங்கள் கிரேஸி மோகன், கிரேஸி கிரியேஷன்ஸ் கூட வந்த அல்லயன்ஸ் காலம் முழுவதும் நீடிக்கும் என்று உறுதியாக சொல்கிறேன்.

மாது பாலாஜி

இயக்குனரின் பார்வை

குழந்தைகளை உபத்திரமாக நினைக்கும் மாது. ஜாதக டைரியில் வீட்டு பெரியவரின் உயிருக்குக் கெடு... அடுத்த வாரிசு உடன் வரவில்லை என்றால்... உடனே குழந்தை பெற மாது முயற்சிக்கா விட்டால் தன் சொத்தில் ஒரு நயா பைசா கூட அவனுக்கு வராது என்று பெரிசு கொக்கி போட.... மாது மற்றவர் குழந்தையை தன்னுடையது என்று பொய் சொல்ல முனைய... பிறகு அதனால் நேரும் விபரீதங்கள்!

இப்படி ஒரு மிகவும் சீரியசான கதையைக் குலுங்கக் குலுங்கச் சிரிக்க வைக்கும் நாடகமாக எழுதியதுதான் கிரேஸி மோகனின் அபரிமிதமான அறிவு வளம்.

பெரியவராக அபரிமிதமாக நடித்த அப்பா ரமேஷ் பலப் பல விருதைகளை தட்டிச் சென்றார். இது தூர்தர்ஷனில் தொடராக வந்தபோது, இசை அமைப்பாளர் ரமேஷ் வினாயகம் இசையில் ஸ்ரீனிவாஸ் பாடிய பாடல் பெரும் ஹிட் ஆனது.

டைரக்ட் செய்த அடியேனுக்கும் உயர் தர தொழில் நுட்ப வேலைக்காகப் பாராட்டுகள் குவிந்தன.

S.B. காந்தன்

மோகனுடன் நான்...

'ஒரு பேபியின் டைரிக் குறிப்பு' - தலைப்புகளை ரொம்ப வித்தியாசமா, எல்லோரையும் ஈர்க்கும் வண்ணம் வைப்பதில் மோகன் அண்ணா கெட்டிக்காரர்.

மேடையில், குஷ்மா வெங்கி சீனுவாக பரிமளித்தார். நான் அவர் மனைவி. பொதுவா மோகன் அண்ணா எல்லாரும் வாய்விட்டு சிரிச்சு, ரசிக்கணும்னுதான் எழுதுவார். அடித்தளத்த அண்ணா strongஆ போட்டுட்டார். அங்க அங்க மெருகேத்த சின்ன சின்ன tipsஐ டைரக்டர் காந்து அண்ணா சொல்லி குடுத்தார். வெங்கியும் நானும் உடை, அலங்காரம், நாட்டியம் மற்றும் அந்த characterக்கு தேவையான சேஷ்டைகளை செய்ய, எங்களை audience ரொம்பவும் பாராட்டினார்கள். நாங்கள் sceneக்குள்ள வரும்போதே சிரிப்பும் சலசலப்பும் ஆரம்பமாயிடும். நன்றி அண்ணா.

சீரியல் எடுக்கும் போது, 'சீனு' மோகன் சாரும் நானும் நடித்தோம். யதார்த்தமாக அத்தனை குழந்தைகள். அருமையான location. அத்தனை குழந்தைகளையும் குளிப்பாட்டும் காட்சி இன்றும் நெஞ்சில் பசுமையாக உள்ளது. சீனு மோகன் சார் நல்ல timing artist. வசனங்கள் பேசும்போது நாங்கள் போட்டி போட்டு செய்வோம்; எங்கும் யதார்த்தத்தை மீறாமல்.

இவ்வளவு நகைச்சுவை துணுக்குத் தோரணம் கட்டும் மோகன் அண்ணா, தன்னுடைய ஒவ்வொரு நாடகத்திலும், நறுக்குத் தெறித்தாப்ல, சிந்திக்க வைக்கற serious வசனங்களையும் எழுதியிருப்பார். பாரம்பரிய நூல்களிலிருந்தும், இதிஹாசங் களிலிருந்தும் quotesஐ தெளிச்சு விட்டிருப்பார்.

நாடகம், கவிதை, வரைவது, ஆன்மிகம் இவற்றின் பொக்கிஷமாக இருக்கும் மோகன் அண்ணா, ஒரு அன்பான, பாசமான, நல்லதைத் தவிர வேறொன்றும் நினையாத, எப்பவும் உற்சாகமே வடிவாக, நம்பிக்கையின் வடிவாக, மிகவும் எளிமையாகத் திகழும் நல்ல மனிதர். அவர், "Hi Usha" என்று உற்சாகமாக கூப்பிடுவது, இப்பவும் காதுல ஒலிச்சிண்டே இருக்கு. என்ன ஒரு energy நமக்குள்ள பாயும் தெரியுமா? எல்லாரும் சாதிக்கணும், வாழ்க்கைல அவங்க அவங்க பாணியில சிறப்பா வரணும், வரமுடியும்னு நம்புவார். அதையே எல்லார்ட்டயும் சொல்லி ஊக்குவிப்பார். அவர் ஒரு Energy Booster. நல்லெண்ண சுரங்கம். நாம advertisement (Boost, Horlicks), அந்த drinkஐ குடிச்சதும், strength வந்து ஜெயிக்கற மாதிரி காமிப்பாங்க, பார்த்திருப்போம். ஆனா, மோகன் அண்ணாவோட கொஞ்ச நேரம் இருந்து, அவர் சொல்றத (சரவெடி மாதிரி கொட்டும்) கேட்டாலே போதும், ஜெயிக்கணும், ஜெயிப்போங்கற உத்வேகம் வந்துடும்.

காந்தியோட அந்த மூன்று குரங்குகள் தத்துவத்தையே இன்னும் positiveஆ வாழ்ந்து காமிச்சவர் மோகன் அண்ணா - நல்லதை பார், நல்லதை கேள், நல்லதை பேசு. இதோட அடுத்தவங்களுக்கு நல்லதே நினை - அப்படீங்கறதும் அவர் வாழ்க்கைல கடைபிடிச்சது தான். நிறைகுடமா இருந்து, ஆனந்தத்தை பரப்பி, எல்லோர் மனதிலும் மணத்தை சொரிந்து, இன்றும் நம்முடன் பரிமளிக்கும் அண்ணாவுக்கு அனந்தகோடி நமஸ்காரம். நீங்கள் எங்களுக்கு கிடைத்தது நாங்கள் செய்த பாக்கியம்.

உஷா ரவிச்சந்திரன்

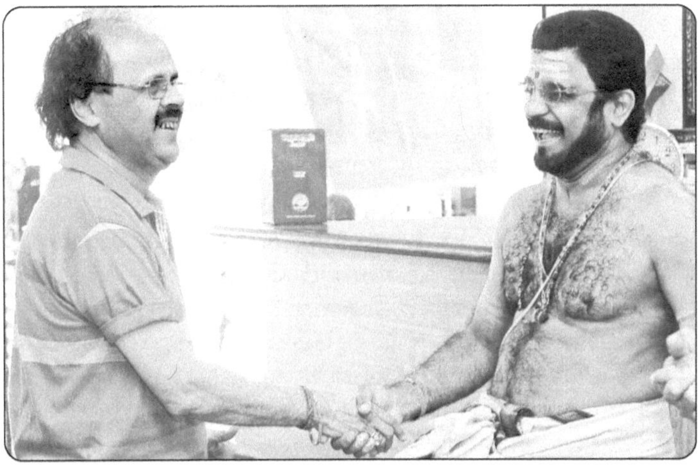

பாலாஜி கிட்ட பேசிட்டேன்

'சீனு! நான் கமலோட டிஸ்கஷன் டிஸ்கஷன்னு ரொம்ப பிஸியா இருக்கேன். ஆனால் பாலாஜி கிட்ட பேசிட்டேன். அவனை 'ஸ்க்ரிப்ட்' எல்லாம் எடுத்துண்டு வந்து உன்கிட்ட கொடுத்திட சொல்லியிருக்கேன்.' நான் எப்போதெல்லாம் மோகனைப் பார்க்கிறேனோ, அப்போதெல்லாம் அவரிடமிருந்து வரக் கூடிய பதில். மயிலாப்பூர் மாட வீதியில் உள்ள வெற்றிலை கடையாகட்டும், விழாவாகட்டும், நாங்கள் இருவரும் இருந்த விழா மேடையாகட்டும், திருமண நிகழ்ச்சியாகட்டும் எங்கு பார்த்தாலும் இதே பதில்தான்.

எனக்கும் மோகனுக்கும் 1992 முதலிலேயே தொடர்பு ஏற்பட்டது. அப்போது நாங்கள் 'சோ' அவர்களின் நாடகங்கள், கதைகள் எல்லாவற்றையும் புத்தகங்களாக வெளியிட ஆரம்பித்தோம். தமிழ் நாடக உலகில் பிரபலமாக இருந்த ஒய்.ஜி. மகேந்திரன், மௌலி, விசு, மெரீனா, எஸ்.வி.சேகர், கிரேஸி மோகன் போன்றவர்களின் நாடகங்களை எல்லாம் புத்தக வடிவில் கொண்டு வர எண்ணி, ஒவ்வொருவராக அவர்களது வீட்டிலேயே சென்று சந்தித்தேன். இவர்களில் சோ, மெரீனா ஆகியோரது நாடகங்களை வெளியிட்டோம். ஆனால், மற்றவர்கள் எல்லாம் அப்போதுதான் நாடகத்தில் வெற்றி பெற்று சினிமாவில் காலடி வைத்து மிகவும் பிஸியாக இருந்தார்கள். அந்த நேரத்தில்தான் எஸ்.வி. சேகரின் நாடகங்கள் எல்லாவற்றையும் ஒரே சமயத்தில், அன்றைய முதல்வர் ஜெயலலிதா வெளியிட்டார்.

சினிமாவில் நுழைந்த நாடக வெற்றியாளர்கள், அப்போது சென்னை தொலைக்காட்சியிலும் மிகவும் பிஸியாக இருந்தார்கள். இந்தச் சமயங்களிலும் மோகனை சந்திக்கும் போதெல்லாம், ‘சீனு! பாலாஜி கிட்ட சொல்லிட்டேன்’ என்ற பதில்தான். எவ்வளவு பிஸியாக இருந்தாலும் மோகன் நின்று பேசி விட்டுப் போவதோடு, எங்கள் வீட்டு மங்கல நிகழ்ச்சி, எங்கள் நிறுவன புதிய கட்டிட திறப்பு விழா, எங்கள் அலுவலகத்திற்கு ஸ்ரீ காஞ்சி பெரியவர் விஜயம் போன்ற நிகழ்ச்சிகளுக்குத் தவறாமல் வந்து விடுவார்.

ஒரு சமயம் சென்னை புத்தகக் காட்சியில் நான் செயலாளராக இருந்த போது, மோகனை சிறப்புப் பேச்சாளராக அழைத்திருந் தேன். அன்று நல்ல மழை. எல்லோரும் இந்த நிகழ்ச்சி ரத்து ஆகி விடும் என்று எண்ணினர். ஆனால், மோகனுடைய பேச்சைக் கேட்க வந்திருந்த கூட்டத்தைப் பார்த்ததும், குடையை பிடித்துக் கொண்டு, மோகன் மேடையேறி, ‘மழை பெரியதாக இருக்கிறது. மழையை விட நீங்கள் அதிகமாக இருக்கிறீர்கள். நீங்கள் பேசச் சொன்னால் நான் பேசுகிறேன்’ என்று ‘மைக்’ல் பேசியவுடன், கூட்டத்தினரும் குடையுடன் பேச்சை ஆர்வமுடன் கேட்கத் தொடங்கினர். இயற்கை மழையுடன், நகைச்சுவை மழையையும் சேர்த்து அறுசுவை அவியல் போல் மக்கள் ரசித்தனர். மறக்க முடியாத நிகழ்ச்சி இது. மோகனுக்கும் மிகவும் மகிழ்ச்சி.

அங்கேயும் புறப்படும் போது, ‘சீனு! பாலாஜிகிட்ட சொல்லிட் டேன்’ என்ற பதில்தான். நாட்கள், மாதங்கள், வருடங்கள் ஓடின. மோகனும் சிரித்து, சிரிக்க வைத்து இயற்கை எய்தி விட்டார். பிறகு பாலாஜியை, கபாலி கோயிலில் சந்திப்பேன். நீண்ட நேரம் பேசுவோம், பேசுவோம், பேசிக் கொண்டேயிருப்போம். இப்படியே ஒரு சில வருடங்கள் ஓடின. எல்லாவற்றிற்கும் நேரம் வர வேண்டுமே! இப்போதுதான் வந்தது. அதுவும் சாதாரணமாக இல்லை. பாலாஜி தங்களது நாடக ஸ்க்ரிப்டையெல்லாம் தேடும் போது, மோகன் எழுதிய டைரியை படித்து, உடனே எனக்கு போன் செய்து, ‘சீனு! மோகன் தன் டைரியிலேயே, ‘என்னுடைய புத்தகங்கள் எல்லாம் அல்லயன்ஸ் கம்பெனியில் தான் வர வேண்டும்’ என்று எழுதியிருக்கான்’ என்று தழுதழுத்துக் கூறினார். டைரி மூலமாக தனது நிலையை தெரிவித்த மோகனுக்கும், அதை என்னிடம் அன்புடன் தெரிவித்த பாலாஜிக்கும் எனது மனமார்ந்த நன்றி. கிரேஸி மோகன் பாலாஜியிடம் பேசி விட்டார்; பாலாஜியும் ஸ்க்ரிப்டையெல்லாம் தந்து விட்டார்; புத்தகங்களும் வந்து விட்டன. வாசகர்கள் எல்லாவற்றையும் வாங்கி ஆதரவு தெரிவிப்பார்கள் என நிச்சயம் நம்புகிறேன்.

அல்லயன்ஸ் ஸ்ரீநிவாஸன்

125வது ஆண்டில்...

தமிழில் நல்ல நூல்களை வெளியிட்டு வரும் அல்லயன்ஸ் ஸ்தாபகர் ஸ்ரீ வி. குப்புஸ்வாமி ஐயரை நான் பாராட்டுகின்றேன்.

- மகாத்மா காந்தி

நீதிகளைக் கற்பிக்கும் சிறுகதைகளையும், புதிய நாடகங்களையும், பல மொழிபெயர்ப்புக்களையும், இன்னும் பல விஷயங்களையும் எளிய அழகிய நடையில் வெளியிட்டுவரும் அல்லயன்ஸாரை நான் பாராட்டுகின்றேன்.

- மகாமகோபாத்தியாய டாக்டர் உ. வே. சுவாமிநாத ஐயர்

தமிழில் பல அழகிய புத்தகங்களை வெளியிட்டுவரும் அல்லயன்ஸாருக்கு நன்றி செலுத்தி அவர்களைத் தமிழ் மக்கள் ஆதரிக்க வேண்டுகின்றேன்.

- சி. ராஜகோபாலாச்சாரி

உலக சிரேஷ்டர்களின் சரிதையை எழுதுவதும் படிப்பதும் நமக்கு நல்லதையே செய்யும். அறிவை ஊட்டுவதற்கு இதுபோன்ற நூல்கள் பேருதவியாக இருக்கும். அல்லயன்ஸ் கம்பெனியாரோ பல பெரியோர்களின் சரித்திரத்தை வெளியிட்டவர்கள். மக்கள் நன்மையைக் கருதி உயர்ந்த நூல்களை வெளியிடும் அல்லயன்ஸ் கம்பெனியாருக்கு தக்க ஆதரவு கிடைக்குமென நம்புகிறேன். வந்தே மாதரம்.

- எஸ். சத்தியமூர்த்தி

இம்மாதிரியான புத்தகங்களை நமது பள்ளிகளில் இருக்கும் மாணவர்களுக்குக் கொடுப்பது அவசியம். இவைகளின் வழியாக நமது இளைஞர்கள் தேச சேவையைச் செவ்வையாகக் கற்றுக் கொள்ளலாம். இதுபோன்ற நூல்களை வெளியிடும் அல்லயன்ஸ் கம்பெனியாருக்கு தமிழ்நாடு என்றும் கடமைப்பட்டுள்ளது.

- முன்னாள் மத்திய மந்திரி டாக்டர் ப. சுப்பராயன்

நம் நாட்டுக்கு ஏற்பட்ட தனிப்பெருஞ் செல்வம் அதற்குக் கிடைத்த தலைவர்கள் என்று சொல்லலாம். வேறு எந்த நாட்டிற்கும் கிடைக்காத தலைமை நமக்கு உண்டு. தக்க சமயம் பார்த்து அல்லயன்ஸ் கம்பெனியார் இதுபோன்ற தேசபக்தர் நூல்களை வெளியிடுவதை நான் பாராட்டுகின்றேன்.

- முன்னாள் முதலமைச்சர் எம். பக்தவத்சலம்

தற்போது அல்லயன்ஸ் கம்பெனியார் தமிழ் உலகத்திற்குத் தந்துள்ள இதுபோன்ற அரிய ஜீவிய சரித்திரம் உண்மையில் நமது நாட்டிற்கு படிப்பினையை பூர்வாங்கமேனும் அடைவதற்குப் பெரிதும் உபயோகமாக இருக்குமென்று நான் நிச்சயமாக நம்புகிறேன்.

- 'ஹிந்து' முன்னாள் ஆசிரியர் ஏ. அரங்கசாமி ஐயங்கார்

தலைவர்களின் வாழ்க்கைச் சரித்திரப் புத்தகங்கள் எந்த இலக்கியத்திலும் ஒரு முக்கிய அம்சமாகும். அல்லயன்ஸ் கம்பெனியார் மற்ற பிரசுரகர்த்தர்களைவிட அதிகமான வாழ்க்கைச் சரித்திரப் புத்தகங்களை வெளியிட்டு, இந்திய சுதந்திரப் போராட்டத்தை இதன் மூலம் ஊக்குவித்தனர்.

- 'தினமணி' முன்னாள் ஆசிரியர் ஏ.என். சிவராமன்

நமது பிற்கால சந்ததிகள் தெரிந்து கொள்ளுவதற்காகத் திறம்பட நமது பெரியோர்களின் சரிதைகளை சரியாக எழுதி வைக்கும் வழக்கம் நமது தேசத்தில் இல்லாமலிருந்து வருவது வருந்தத்தக்கதாகும். இந்தக் குறையைத் திறம்பட போக்கி வரும் அல்லயன்ஸ் கம்பெனியார் நமது பாராட்டுதலுக்கும் நன்றிக்கும் உரியவர்களாகிறார்கள்.

- ஆர்.கே. ஷண்முகம் செட்டியார்

தேச பக்தர்களின் நூல்களை மிகவும் உயர்ந்த முறையில் பிரசுரித்திருக்கிறார்கள்.

- ஆனந்த விகடன்

நல்ல புத்தகங்களை, தகுந்த ஆசிரியர்களைக் கொண்டு எழுதி வெளியிடும் தன்மையில் அல்லயன்ஸ் கம்பெனியார் சிறந்தவர்கள். இத்தகைய பொறுப்பும் பிரயோஜனமுமான வேலையை அல்லயன்ஸ் கம்பெனியார் மேலும் மேற்கொள்வார்களாக.

- குமரன் (பத்திரிகை)

அல்லயன்ஸ் கம்பெனியாரது ஊக்கம் மேன்மேலும் அதிகரிக்கும் வண்ணம் தமிழ் மக்கள் இதுபோன்ற தேசபக்தர்களின் புத்தகங்களுக்கு ஆதரவு அளிப்பார்கள் என நம்புகிறோம்.

- சுதேசமித்திரன்

மிகவும் சொற்ப விலையில் இப்புத்தகத்தை பிரசுரிக்க அல்லயன்ஸ் கம்பெனியார் முன்வந்திருக்கிறபடியால், அவர்களுடைய எதிர்கால தேசிய சேவைக்கு ஊக்கங் கொடுக்கும் விதத்தில், இப்புத்தகத்தைத் தமிழர்கள் ஏராளமாய் வாங்கி ஆதரிப்பார்களென்று நம்புகிறேன்.

- 'தினமணி' முன்னாள் ஆசிரியர் டி.எஸ். சொக்கலிங்கம்

The publishers have done a service to Tamil Nadu by publishing in Tamil the biography of one who was the foremost leader of Indian opinion in modern times - Mahatmaji - whose sacrifices and services in the cause of the country were unprecedented.

- The Hindu

We trust that the students and youth will make the best use of the Publication.

- The Indian Express

No library of modern literature will be complete, it can be safely affirmed, without the excellent books of The Alliance Company.

- The Free Press

The Alliance Co., that enterprising publishers of Madras deserves the thanks of all lovers of Tamil for the service to the language.

- Sunday Times

மயிலை அல்லயன்ஸ் கம்பெனியாரின் வெளியீட்டுத் திறத்தை ஈண்டு விரித்துக் கூறவேண்டியதில்லை. அதை நாடறியும். அவர்களால் வெளியிடப்பெற்ற நூல்கள் தமிழ் நாட்டுக்குப் பலவகைகளிலும் பயன் விளைத்து வருவது கண்கூடு. நாட்டு நலங்கருதி ஒழுங்கு முறையில் உழைக்கும் அவர்களுக்கு நாடு கடமைப்படுவதாக.

- திரு. வி. க.

அல்லயன்ஸார் யாதொரு இடையூற்றையும் பொருட்படுத்தாது சிறிதும் ஊக்கம் குன்றாது நடத்திவரும் இந்த நிறுவனத்தின் மூலம் ஈடு செய்ய முடியாத அளவிற்குத் தமிழிற்குச் செய்திருக்கும் தொண்டு மிகவும் வியந்து பாராட்டுதற்குரியது.

- பெ. நா. அப்புஸ்வாமி

Books Published by Alliance Co., are highly popular books.

- Rt. Hon'ble V. S. Srinivasa Sastri

ஒரு பேபியின் டைரிக்குறிப்பு

காட்சி 1

இடம்: மாதுவின் வீடு

டேப்குரல்: கௌசல்யா சுப்ரஜா ராமா பூர்வா சந்தியா பர்வர்த்ததே.

(தூளியில் குழந்தை அழுகிறது. குவாகுவா சத்தம். மாது போர்வையை விலக்கி சோபாவிலிருந்து எழுந்து)

மாது : *சேத்தரி... என்ன தலையெழுத்துடா... ஒரு ஞாயிற்றுக்கிழமை மனுஷன் நிம்மதியா தூங்கலாம்னா தூங்க விடாம உபத்திரவம் (தூளி கிட்ட போய்) சனியன்!...* என்னமோ இப்பதான் பொறந்து உலகத்தையே பாக்கறமாதிரி ஒப்பாரி வைக்கறது. தே...சீ... தோ பார்! அழாதேயேன். ஏன் இப்படி கற்பு பறிபோறாமாதிரி கதர்ற? இத்தனைக்கும் நீ ஆம்பளை... தோ பார்... நான் சொல்றதை கேளு, நீ அழுகையை நிறுத்தினாத்தான் என்னால என் கஷ்டத்தை சொல்ல முடியும். நான் சொல்றதை கேட்டுட்டு அழு இல்லை... எவ்வளவு நேரம் அழு வேன்னு சொல்லு... wait பண்றேன்... அழுது முடிச்சுடு - அப்புறமா சொல்றேன். (அழுகையை நிறுத்த) பரவாயில்லே பேச்சு வராட்டியும், பேசினா புரிஞ்சுக்கறது. தோ பார்... இப்பவே warn பண்ணறேன் - நான் ரெஸ்ட் எடுக்கணும்... அழாதே கொன்னுபுடுவேன் ராஸ்கல். சரி... சரி... சாரி... திட்டலை, போதுமா? அழுகையை நிறுத்து... (அழுகையை நிறுத்த) கண்ணா! officeல Heavy work. நான் யாரு மாது! உங்கப்பா... Daddy... (அழ ஆரம்பிக்க) சரி, சரி, அப்பா,

வாணாம்... உன்னை பத்து மாசம் சுமந்து பெத்த உங்கம்மா புருஷன். Husband. *(அழுகை நிற்க)* பேசறேன். ஆபீஸ்லே ஒரு வாரமா ஹெவி workடா... கண்ணு... ஆடிடிங்... Bombay Head officeலேருந்து பெரிய பெரிய ஆளுங்களெல்லாம் வந்தாங்க. Sales Target வேற meet பண்ண Conferenceல புடிச்சு கிழிகிழின்னு உங்கப்பாவை... *(அழ)* உங்கம்மா புருஷனை... கிழிச்சிட்டாங்க...

ஞாயித்துகிழமை ஒரு நாள்தான் ரெஸ்ட்... நிம்மதியா தூங்கலாம்னா, ஏன் இப்படி அழுது பிராணனை வாங்கறே? அழு, வேண்டாங்கலே... மனசுக்குள்ளே அழேன்... சத்தம் போடாம ஒரு 15 நிமிஷம் தூங்கிட்டு வந்துடறேன். அப்புறமா நானும் நீயும் சேர்ந்து அழலாம்... நான் உனக்கு கம்பெனி தர்றேன்... கோரஸ்... O.K. *(போய் படுக்க மறுபடி அழுகை)*

இவ்வளவு சொல்லியாச்சு மறுபடியும் அழறியே? வீட்டுல இத்தனை பேர் இருக்கிறாங்க... ஒத்தராவது வந்து இந்த சனியன் அழுகையை நிறுத்த மாட்டீங்களா? சே... ஏ... ஜானகி, ஜானகி, இந்த பிசாசெ பத்து மாசம் சுமந்து பெத்த ஜானகி...

ஜானகி : *(கரண்டியுடன் வந்து)* ஏன் இப்படி கத்தறேள்? இன்னிக்கு என்ன - ஞாயிற்றுகிழமை - ஆபீஸ் கிடையாது, லீவுதானே? ஒரு பத்து மணிவரை தூங்கறது... ஏன் இப்படி காலங்கார்த்தாலே எழுந்து சத்தம் போட்டு, நீங்களும் தூங்காம, பாவம் தேமேன்னு தூங்கற குழந்தையையும் எழுப்பறேள்?

மாது : நான் குழந்தையை எழுப்பினேனா? இதுதாண்டி என்னை எழுப்பித்து. உன்னை பார்த்தவுடனே தூங்கறா மாதிரி நடிக்கறான். இது Child இல்லே, Child artist - குழந்தை நட்சத்திரம் - பிரமாதமா நடிக்கறது...

ஜானகி : சரி, என்னாச்சு?

மாது : குழந்தை அழுதது.

ஜானகி : அவ்வளவுதானே? Woodwards Gripe water குடுங்கோ... நீங்க குழந்தையா இருக்கறச்சே உங்கம்மா அதைத்தான் உங்களுக்கு குடுத்திருப்பா!

மாது : ஜானகி... ஜானகி... (குழந்தை அழ) ராஸ்கல், ரீரிகார்டிங் மாதிரி கரெக்டா அவ போனப்பறம் அழற? உன்னை... சே... என்ன வீடுப்பா? அழற குழந்தையை கவனிக்க ஒரு பயலே காணும்.

(ராமானுஜம் தாத்தா Entry)

தாத்தா : என்னடா மாது! தனக்குத் தானே பேசிண்டு இருக்கே... பக்கத்துல யாரும் இல்லே... ஓ, பையனோட பேசிண்டுருக்கியா? அப்பனா லட்சணமா குழந்தை அழாம வேடிக்கை காட்டறியா?

மாது : வெறுப்பேத்தாத தாத்தா! குழந்தையா இது... ராட்சசன்...

தாத்தா : என்னாச்சு?

மாது : குழந்தை அழுதுது.

தாத்தா : woodwards Gripe water குடு. நான் குழந்தையா இருக்கறச்சே எங்கம்மா எனக்கு அதைத் தான் குடுத்தா...

மாது : சே! ஜானகிக்கு சமயக்கட்டுல தலைக்குமேல வேலை இருக்கு. தாத்தாவுக்கு பூஜை ரூம்லே தலைக்கு மேலே வேலை இருக்கு. எனக்கு மட்டும் இங்க தலைக்கு மேலே தூளிதான் இருக்கு. ஏன் பேசாமே இருக்கே? நடிச்சது போதும்... தாத்தா போயாச்சு... (குழந்தை அழ) அழாதே, அழாதே... தோ பார்! Last warning... பல்லை பேத்துடுவேன்... கர்மம்... பல்லை பேக்கலாம்னா... இன்னும் பல்லே முளைக்கலே... ஏன் நிறுத்திட்டே? (மாதுவின் மாமனார் குப்புசாமி Entry)

குப்புசாமி : என்ன மாப்பிள்ளை, குழந்தையோட பேசறேள்? பேச்சு வந்துடுத்தா?

மாது : எனக்கா? குழந்தைக்கா?

குப்புசாமி : கிண்டல் தானே மாப்பிள்ளை... ஏன் குழந்தை அழாம தேமேன்னு இருக்கு?

மாது : எல்லாம் சாகஸம்... உங்களை பார்த்தவுடனே நிப்பாட்டிட்டான்... நீங்க போனா அழுவான்...

குப்புசாமி : என்ன மாப்பிள்ளை அபசகுணமா பேசறேள்? நான் போனா இவன் மட்டுமா அழுவான்? ஜானகி அழுவாள், நீங்க அழுவேள்...

மாது : ஐயோ! நான் ஒரேடியா போறதை சொல்லலே. உள்ளே போறதை சொன்னேன். கொஞ்சம் நீங்க இப்படியே குழந்தையோட பேச்சு குடுத்துண்டு இருங்கோ - நான் கொஞ்சம் தூங்கிட்டு வர்றேன்.

குப்புசாமி : இல்லை. நான் குளிச்சு டவுன் வரைக்கும் போகணும். எனக்கு தலைக்கு மேலே வேலை இருக்கு. ஏன்? என்னாச்சு?

மாது : குழந்தை அழுதது மாமா?

குப்புசாமி : Woodwards Gripe water குடுங்க... ஜானகி குழந்தையா இருக்கறச்சே அவ அம்மா அதைத் தான் அவளுக்கு தந்தா...

மாது : பாவி பசங்க... கடசீயா Woodwards Gripewaterல முடிச்சுட்டு போயிடறானுங்க... அட, ஒரு மாறுதலுக்கு லஹர் பெப்ஸி கோலா குடுன்னாலும் நமக்கு Changeஆ இருக்கும்... உங்க தாத்தா போயிட்டார் - நீ ஆரம்பிக்கலாம். One two three அழு... சரி... சரி...

(''அம்மா பால்'' - குரல். பால்காரன் Entry.)

பால்காரன் : என்ன மாது சார்! குழந்தை அழுவுது!

மாது : வா, நீ ஒருத்தன் தான் கேக்கலை, கேளு என்னான்னு... நான் குழந்தை அழறதுங்கறேன், உடனே woodwards Gripewater குடுங்க, நான்

குழந்தையா இருக்கறச்சே, எங்க தாத்தா அதான் குடுத்துச்சின்னு சொல்லு...

பால்காரன் : நீ வேற... குழந்தை அயுதா, கன்னத்துல ரெண்டு குடு வாத்யாரே. தன்னால அயுவையை நிப்பாட்டும்... அப்படியும் நிக்கலையா! ஒரு 20 மில்லி சாராயம் ஊத்தி குடு, கம்முனு கெடக்கும்... எங்க நைனா, எனக்கு அதான் குடுத்தார்.

மாது : சாராயமா? குழந்தைக்கா?

பால்காரன் : ஒரு குழந்தை இருந்தா, Woodwards Gripewater தரலாம்... எங்க நைனாவுக்கு பன்னெண்டு புள்ளைங்க... கட்டுப்படியாவுமா? அதான் சாராயம்... எனக்கு ஏழு புள்ளைங்க... இங்க் பில்லர்ல ரெண்டு சொட்டு வுட்டா போதும்... தோ பார் நீ பணக்கார வூட்டுப் புள்ளை- ஹே வேர்ட்ஸ் பிராந்தி ஒரு கிளாஸ் குடு.

மாது : பிராந்தி குடுத்தா குழந்தைக்கு ஏதான ஆயிடுத்துனா?

பால்காரன் : எப்படியும் பெரியவனானா குடிக்க போவுது... அதை இப்பவே ஆரம்பிச்சுடு... தொட்டில் பழக்கம் சுடுகாடு வரைங்கறது இதுதான்... வர்றேன்!

(பால்காரன் Exit)

மாது : என்ன இவன்? எல்லாரும் woodwards சொன்னா இவன் Haywardsங்கறான்? ஏய் உப்பிலி, இங்கே வாடா?

உப்பிலி : என்னத்திம்பேர்?

மாது : ஏன்னடா கைல படுக்கையோட வர்றே?

உப்பிலி : நல்லா தூங்கிண்டுருந்தேன். கிராமத்துலேந்து அப்பா வந்துருக்கார்போல இருக்கு, ஜானகியோட பேசிண்டுருக்கார். என்னை பார்த்தார்னா உப்பிலி ஏதாவது வேலைக்கு சேர்ந்தியான்னு உயிரை

வாங்குவார். அதான் அவர் கண்ணுல படாம, மொட்டை மாடியில போய் தூங்கலாம்னு...

மாது : உனக்கு வேலைதானே வேணும்? நான் தர்றேன்... அந்த படுக்கையை கொடு.

உப்பிலி : ஏன்?

மாது : நீயும் ஆரம்பிக்காதடா... ஒரு வேலைக்கும் போகாமலே நீ இப்படி Tired ஆயி மாஞ்சுமாஞ்சு தூங்கறியே? ஒரு வாரமா officeல hectic work. நான் எப்படி தூங்கணும்? நான் போய் மொட்டை மாடியிலே தூங்கறேன். நீ உன் மருமகனைப் பாத்துக்க.

உப்பிலி : அத்திம்பேர்... வாணாம் அத்திம்பேர்... அப்பா கண்ணுல பட்டா ஏதான வேலையில சேந்தி யான்னு உயிரை வாங்குவார்.

மாது : கேட்டா, அத்திம்பேர் வேலை வாங்கி தந்துட் டார்னு சொல்லு.

உப்பிலி : என்ன வேலை?

மாது : குழந்தையை பாத்துக்கற வேலை... ஆயா வேலை... 500ரூபா சம்பளம் நான் போட்டு தர்றேன்... நீயும் ஒரு angleல பாக்க ஜானகி அண்ணா மாதிரி இல்லை, ஆயா மாதிரி தான் இருக்கே... புடவையும் வாங்கித் தர்றேன்.

உப்பிலி : ஏன்? என்னாச்சு?

மாது : குழந்தை அழுதுது...

உப்பிலி : woodwards gripewater குடுங்க... நான் சின்ன குழந்தையா இருக்கறச்சே...

மாது : (அவன் வாயைப்பொத்தி) போதும். T.V. அட்வர் டைஸ்மெண்டுல மூணுபேர்தான் சொன்னாங்க, ஏற்கனவே இங்க அஞ்சு பேர் சொல்லியாச்சு.

(படுக்கையை பிடுங்கிக் கொண்டு மாது மொட்டை மாடிக்குச் செல்ல)

உப்பிலி : Atleast படுக்கையான குடுத்துட்டு போங்க ளேன். சே...வேலை இல்லாம ஒருத்தன் வீட்டுல இருக்கக் கூடாதே... ஆயா கூர்க்கான்னு Exploit பண்றாங்க... நல்ல தூக்கம் போச்சு... எங்க படுத்தாலும் எழுப்பி விட்டுடறானுங்க... ஆ... best idea...*(தூளியிலிருந்து குழந்தையை எடுத்து)* நீ அந்த ரூம்ல படுத்துக்க... நான் உன் தூளிலே படுத்துக்கறேன்... இந்த ஒரு இடத்துலதான் disturbance இருக்காது.

(போய் வந்து, தூளியில் ஏறிப் படுக்க, குழந்தை அழும் சத்தம்.) (ஜானகி Entry)

ஜானகி : என்னது! குழந்தையை அழவிட்டுட்டு இவர் எங்க போய் தொலைஞ்சார்?

(குப்புசாமி Entry)

குப்புசாமி : என்னம்மா?

ஜானகி : இவரைக் காணும்ப்பா...

குப்புசாமி : நான் வரச்சே இங்கே தானே இருந்தார் மாப்பிள்ளை?

ஜானகி : குழந்தையை பாத்துக்காம எங்கே போனார் இவர்? பொறுப்பே கிடையாது.

குப்புசாமி : அப்புறம் ஜானகி, உங்கண்ணன் உப்பிலியை எங்க ரூம்ல காணும்?

ஜானகி : அவன் வேற... எங்க போய் தொலைஞ்சான்னு தெரியலையே...

குப்புசாமி : உப்பிலியையும் காணும், உப்பிலி படுக்கையை யும் காணும்... படுக்கையோட காணாம போயிட் டானா? நீ வேற மாப்பிள்ளையும் காணுங்கறே? ஆனா நல்ல வேளை மாப்பிள்ளை படுக்கை காணாம போகலே!

ஜானகி : ஏதான உளறாதப்பா... உப்பிலி வழக்கம் போல மொட்டை மாடியில படுத்துண்டுருப்பான். போய் தலையிலே தண்ணியைக் கொட்டி எழுப்பு.

குப்புசாமி : ராஸ்கல்... தோ அண்டா ஜலத்தை தலையிலே கொட்டறேன்... உப்பிலிக்கு வேலை கிடைச்சு தோ?

ஜானகி : போய் அவன் தலைல தண்ணியை கொட்டி எழுப்பி கேளு. (குப்புசாமி Exit) எனக்கு சமயக் கட்டுல தலைக்கு மேலே வேலை கொட்டி கிடக்கு... குழந்தை வேற அழறது... எங்க போனார் இவர்?

(தாத்தா Entry)

தாத்தா : என்னம்மா ஜானகி?

ஜானகி : குழந்தை அழர்றது தாத்தா.

தாத்தா : அதான் மாது பாத்துண்டுருந்தானே? எங்க அவன்?

ஜானகி : அவரைத்தான் காணும்.

(தாத்தாவும் ஜானகியும் பேசிக் கொண்டிருக்க குப்புசாமி பக்கெட் ஜலத்துடன் மாடிக்கு செல்ல தண்ணீர் கொட்டும் சத்தம்... மாது அலறல். சொட்ட சொட்ட மாது வர, குப்புசாமி காலி பக்கெட்டுடன் Entry)

குப்புசாமி : சாரி, மாப்பிள்ளை...

மாது : சும்மா இருய்யா... சே...

ஜானகி : எங்கன்னா போயிருந்தேள்?

மாது : ம்... உங்கப்பன் கொடுத்த அதிர்ச்சில ஒரேடியா போயிருப்பேன். போர்வையை போத்திகிட்டு தூங்கிக்கிட்டிருந்த எம்பேர்ல ஒரு பக்கெட் ஜலத்தை கொட்டிட்டார்.

குப்புசாமி : சாரி, மாப்பிள்ளை... நான் உப்பிலின்னு நெனைச்சு...

மாது : என்ன உப்பிலி? சே... சாதாரணமா தூங்கி எழுந்தப்பறம்தான் குளிப்பா... உங்கப்பன் என்னடான்னா, குளிப்பாட்டியே என்னை எழுப்பிட்டார். அட, இந்த வீட்டுலே தூங்கவானா முடியுதா? ஹால்லே தூங்கினா இந்த பிசாசு

அழுர்றது... மொட்டை மாடியில போய் தூங்கினா இந்த பிசாசு தண்ணியை கொட்டுது. ஆமாம், உப்பிலி எங்கே? அவனை குழந்தையை பாத்துக்கக் சொல்லிட்டு போனேனே?

குப்புசாமி : மாப்பிள்ளை! உப்பிலிக்கு வேலை கிடைச்சுதா?

மாது : மொதல்ல உப்பிலி கிடைக்கட்டும். அப்புறம் அவனுக்கு வேலை கிடைக்கறதைப்பத்தி பேசு வோம். காணாம போறதுக்கு இது எக்ஸிபிஷன் இல்லே, உம்ம பையன் உப்பிலி குழந்தையும் இல்லே...

தாத்தா : உப்பிலியை விடுடா! ஏண்டா மாது! குழந்தையை பாத்துக்க சொன்னா என்ன தைரியத்துல மொட்டை மாடியிலே போய் படுத்துட்ட நீ?

மாது : மொட்டை மாடியிலே தூளிகட்ட முடியாது- அந்த தைரியம். உத்திரம் கிடையாது-இருந்தா, அங்கேயும் என் பக்கத்துலேயே இவ தூளியை கட்டி குழந்தையை விட்டுட்டு பூடுவா... சேத்தரி... ரெண்டு வருஷம் நிம்மதியா இருந் தேன் குழந்தை இல்லாம... இப்ப ஏண்டா பெத்துண்டோம்னு ஆச்சு... எப்பப் பாரு அழுகை...

ஜானகி : குழந்தைன்னா அழத்தான் செய்யும்.

மாது : சரிடி, அதுக்குன்னு இப்படியா? அதுவும் கரெக்டா உங்களையெல்லாம் பார்த்தா அழுகையை நிறுத்திடறது. நான், தனியா மாட்டிகிட்டா மட்டும் அழறது-தவணைமுறையில விட்டுவிட்டு... குழந்தையை Hospitalலே பெத்தியா இல்ல வி.ஜி.பி.கிட்ட Golden Beachலே வாங்கினியா? இது சிசரின்லே பொறந்த குழந்தை இல்லை, கிளசரின்லே பொறந்த குழந்தை. எப்பப் பாரு அழுகை... கண்ணுல ஜலம்... சனி... ராட்சசன்!

ஜானகி : உங்களுக்கென்ன குழந்தையோட அருமை தெரியும்... திட்டறேளே... பத்து மாசம் சுமந்து பெத்தவ நான்...

மாது : ஆமாம், இவ ஒருத்தி தான் பத்து மாசம் வயத்துல சுமந்தா - மத்தவங்களெல்லாம் போர்ட்டர் வச்சு சுமந்தாங்க.

ஜானகி : குழந்தை அழுதா என்ன? நீங்க சமாதானப் படுத்தறது...

மாது : சதாம்ஹுசேனைக் கூட சமாதானப்படுத்தி விடலாம். ஆனா, உம் புள்ளையை சமாதானப் படுத்த முடியாது. எழவு இந்த பத்து மாசத்துல பொறக்கறதுக்கு பதிலா Additionalஆ பத்து வயது ஆனதுக்கப்பறம் குழந்தை பொறந்தா, எவ்வளவு வசதியா இருக்கும்? அழுகை கிடையாது, அமுல் கிடையாது, தூளி கிடையாது, தாலாட்டு கிடையாது, நேரே ஸ்கூல்லே சேர்த்துடலாம்.

தாத்தா : சொல்லுவடா. ஒருத்தொருத்தன் குழந்தை இல்லாம என்ன கஷ்டப்படறான். காசி, ராமேஸ் வரம்னு ஆரம்பிச்சு, டாக்டர் காளிமுத்து வரைக் கும் ஒண்ணு விடாம அலையறானுங்க... ராஜா வாட்டம் குழந்தையை பெத்துக் கொடுத்துருக்கா.

ஜானகி : அதைபோய் பேய், பிசாசு, ராட்சஷங்கறீங்களே?

மாது : ஆபீஸ்ல போன வாரம் பூரா டைட் work. ஞாயிற்றுக்கிழமை நிம்மதியா தூங்கலாம்னா தூங்கவிடாம அழறது பீடை!

தாத்தா : அது அழறது கிடக்கட்டும்டா! நீ இப்ப ஆபீஸ் போகலேன்னு யார் அழுதா? நான் இன்னும் இருக்கறது ஒரு வருஷமோ, ரெண்டு வருஷமோ... அப்புறம் என் சொத்து - சும்மா இல்லே அஞ்சு லட்சம் - அத்தனையும் உனக்கும் உன் புள்ளைக்கும் தானே? ஆபீஸ் வேலையை ரிஸைன் பண்ணிட்டு குழந்தையை பார்த்துக்க.

குப்புசாமி : மாப்பிள்ளை, நீங்க ரிசைன் பண்ணற பட்சத்துல உங்க வேலையை உப்பிலிக்குத் தரேளா?

மாது : யோவ்! நீ வேற. நான் M.A. உப்பிலி S.S.L.C உப்பிலி M.A. பாஸ் பண்ணிருந்தா என் வேலை. பாஸ்பண்ண இருபது வருஷமாகும். வேலைக்கு

சேர்ந்த மறுநாளே உம்ம பையன் ரிடையர் ஆக வேண்டிவரும்.

தாத்தா : ஆபீஸாம் ஆபீஸ். இருக்கற சொத்துக்கு நீ உக்காண்டே சாப்பிடலாம்.

மாது : இப்படித்தான் - நான் B.A. படிக்கறச்சே பெயிலா யிடுவேனேன்னு பயந்தபோது, மாது, நீ பாஸாக லேன்னு யார் அழுதா? நான் இருக்கப் போறது ஒரு வருஷமோ, ரெண்டு வருஷமோ, அப்புறம் என்னோட அஞ்சு லட்சரூபா சொத்து அப்படியே உனக்குத்தான். நீ உக்காண்டே சாப்பிடலாம்னே. நான் B.A. பாஸ்பண்ணி, M.A. பாஸ்பண்ணி ஆபீஸ்ல வேலைக்கு சேர்ந்து பிரமோஷன் வாங்கி, கல்யாணமாகி, குழந்தையும் பெத்துக்க இருபது வருஷமாச்சு.

தாத்தா : நான் இன்னும் ஏன் சாகலேங்கறே?

மாது : நான் அதை சொல்லலே... சொத்து எனக்கு வந்த பாடில்ல!

தாத்தா : ஜானகி! இவன் ஆபீஸ் கீபீஸ்னு புளிப்பு காட்டினா பயந்துடாதே. என்னோட கொள்ளுப் பேரனை பாத்துக்கறது தான் இனிமே இவனுக்கு வேலை. அதுக்கப்பறம் டைம் இருந்தா ஆபீஸ் போ! தோ பார்! மாது! நீ என் கொள்ளுப்பேரனை பாத்துக்கலேன்னு ஜானகிகிட்டேயிருந்து ரிப்போர்ட் வந்தது என்னோட அஞ்சு லட்சரூபா சொத்தையும் தர்மத்துக்கு எழுதிடுவேன். குழந்தையைப் பாத்துக்கோ...

குப்புசாமி : சம்பந்தி நீங்க போங்க - நான் என் குழந்தை என்னாச்சுன்னு பாத்துட்டு வர்றேன். ஜானகி, உப்பிலி எங்கம்மா!

மாது : உப்பிலி குழந்தையா? கோட்டான்! எங்கயான யார் கண்ணுக்கும் தெரியாம மறைவா, தூங்கிண்டு இருப்பான், தேடிப் பாருங்க.

குப்புசாமி : அப்புறம் குழந்தைக்கு கிலுகிலுப்பை வாங்கி னேன்.

மாது : குழந்தைக்குன்னா யாரு குழந்தைக்கு! என் குழந்தைக்கா? உம்ம குழந்தை உப்பிலிக்கா?

குப்புசாமி : குழந்தைகிட்டே கொடுத்துட்டுப் போயிடறேன். (தூளிகிட்டே போக)

மாது : வாணாம்... எங்கிட்ட கொடுத்துடுங்க...

ஜானகி : குழந்தை அழுர்றது இல்லே?

மாது : இப்ப என்ன? நான் பேசறதுக்கு சொன்னேன்?

ஜானகி : கிலுகிலுப்பையை ஆட்டுங்கோ... அழுகையை நிறுத்தறதான்னு பார்ப்போம்.

மாது : என்ன சத்தத்தையே காணும்...

ஜானகி : இந்தாங்கோ பீடிங் பாட்டல்-குடுங்கோ - பசிக்குதோ என்னவோ... தூளியை ஆட்டுங் கோ... குழந்தை அழுதா, குடல் பெருத்துடும்னு அர்த்தம்...

மாது : (தூளி ஆட்டி) குழந்தை அழுதா ஒண்டி குடல் பெருக்கறதா அர்த்தமில்லே... எனக்கென்ன வோ, உன் குழந்தை அழுத அழுகையிலே உடம்பே பெருத்துடுத்துனு நெனைக்கறேன். இந்த கனம் கனக்குது...

ஜானகி : கண் போடாதீங்கோ, பீடிங்பாட்டில் குடுங்கோ.

மாது : (குடுத்து) ஒரு நிமிஷம் (எடுத்து) என்னடிது, one secondல காலி பண்ணிடுத்து. குடல் ரொம்ப பெருத்துடுத்தோ? ராட்சஷன் குழந்தைங்கறது சரியா இருக்கு.

ஜானகி : திரும்ப திரும்ப ராட்சஷன்காதேள். பெத்த மனம் பித்து, பிள்ளை மனம் கல்லும்பா - இங்க தலை கீழா இருக்கு - பெத்த மனம் கல்லா இருக்கு...

மாது : ஏய்... பிள்ளை மனம் கல்லா? என்னடி பிள்ளை கல்லு மாதிரி கனக்குது? தூளியை ஆட்ட முடியலே! இந்த ரேட்டுல உம்புள்ளை வளர்ந் தான், ஆள வச்சு தான், ஐலசா பாடித்தான் தூளியை ஆட்டணும்! காத்தாலக்கூட இந்த கனம்

கனக்கலையே - ஒரு வேளை அழுது, அழுது பய வீங்கிப் போயிட்டானோ?

ஜானகி : எத்தையான உளறாதேள்.

மாது : என்ன பாக்கறே?

ஜானகி : இல்லை. சாதாரணமா பால்சாப்பிட்ட உடனே குழந்தைங்க ஏப்பம் விடணும்னு டாக்டர் சொல்லுவாங்க. இல்லாட்டி புரைக்கேறிடும்... ஏப்ப சத்தத்தையே காணுமே? (உப்பிலியின் ஏப்பம் விடும் சத்தம்.)

மாது : என்னடிது, இப்படி ஒரு ஏப்ப சத்தம்! பால் சாப்பிட்ட ஏப்பம் மாதிரி இல்லே. பீர் சாப் பிட்ட ஏப்பம் மாதிரினா இருக்கு. தூளிலேந்து வேணா எடுத்து பாத்துடுவோமா? சரி, வெறும தொட்டு தடவி கொடுக்கறேன். தூங்கறானான்னு பார்ப்போம்(எடுத்து) ஜானகி! என்ன பயலுக்கு முகமெல்லாம் சொர சொரன்னு தாடி மாதிரி இருக்கு!

ஜானகி : ஐய்யோ கஷ்டம்! நீங்க தலையை தடவிப் பாத்துருப்பேள்!

(தாத்தா, குழந்தையுடன் Entry)

தாத்தா : ஜானகிகிட்ட அப்பவே சொன்னேன். இந்த தூளியெல்லாம் கெட்ட பழக்கம். பேசாம கைல எடுத்து கொஞ்சினாலே தூங்கிப் போயிடும்னு...

மாது : கரெக்ட்... அதுவும் நம்ம பையனுக்கு தூளி ரொம்ப சிரமமாயிருக்கு... யார் குழந்தை தாத்தா இது, லட்சணமா இருக்கு?

தாத்தா : உம்... பக்கத்து வீட்டுக் குழந்தை.

மாது : அதுக்கெப்படி என் ஜாடை இருக்கு?

தாத்தா : நீ எதுக்கு வெறும் தூளியை ஆட்டறே...

மாது : வெறும் தூளியா? எம் பையன்?

தாத்தா : முண்டம்! உம் பையன் இங்க இருக்கு.

மாது : ஆமாம்! அப்ப இதுல...

குப்புசாமி : (வந்து) மாப்பிள்ளை! என் பையனைப் பாத்தீங்களா?

மாது : இருங்க மாமா... எப்படியிது இரண்டு எடத்துலேயும் என் பையன்? ரெட்டை குழந்தை பொறக்கும், பொறந்த குழந்தை ரெட்டை ஆகுமா?

தாத்தா : தூளிக்குள்ள பாரு.

மாது : (பார்க்க) உப்பிலி முண்டம்! எழுந்துருடா ராஸ்கல்! இவன் எப்படி இங்க?

உப்பிலி : அத்திம்பேர்...

குப்புசாமி : உப்பிலி, என்னடாது பால்வடியும் முகமா இருக்கு?

மாது : அப்ப, ஏப்பம், குறட்டை விட்டது நீயா?

தாத்தா : போடா... (உப்பிலி போக)

குப்புசாமி : உப்பிலி, உனக்கு வேலை கிடைச்சுதா?

தாத்தா : மாது! நீ போய் படுத்துக்கோ. குழந்தை தூங்கிடுச்சு. தூளிலே விட்டுட்டு போறேன். (தூளியில் விட்டு போதல்)

மாது : சே... நல்ல ஞாயிற்றுக்கிழமை. தூங்க விடறாங்களா? ஜானகி! என்னை ஒரு 2 Hoursக்கு எழுப்பாதே.

(மாது படுத்து போர்வையால் மூடிக்கொள்ள குழந்தை அழும் சத்தம்)

மாது : சேத்தரி சனியன், மறுபடியும் ஆரம்பிச்சுடுத்து ராட்சஷன்... பீடை...

(Lights off)

காட்சி 2

இடம்: மாதுவின் வீடு

(மாது படுத்தபடி)

மாது : சனியன், பீடை, அழுகையை நிறுத்தி தொலை யேன் மூதேவி.

(ஜானகி - குப்புசாமி Entry)

ஜானகி : வாப்பா, மாப்பிள்ளை எழுந்துட்டார். ஏன்னா, யார் வந்துருக்கா பாருங்கோ.

குப்புசாமி : மாப்பிள்ளை.

மாது : தரித்திரம், பீடை, ஒரு ஞாயிற்றுக்கிழமை நிம்மதி யா தூங்கலாம்னா தூங்கவிடாம பிராணனை வாங்குவியே!

குப்புசாமி : ஜானகி! என்னது மாப்பிள்ளை தரித்திரம் பீடைங்கறார்? மாப்பிள்ளை...

மாது : உன்னையெல்லாம் தூளில போட்டு நூறு மைல் speedல ஆட்டிவிடணும். அப்ப தான் புத்தி வரும்.

குப்புசாமி : என்னை தூளிலே போட்டு ஆட்டணுமா?

ஜானகி : ஏன்னா! உங்களுக்கு என்னாச்சு? ஏய் உப்பிலி, இங்கே வாடா!

மாது : ஜானகி! மொத காரியமா உப்பிலிக்கு தனியா ஒரு தூளி வாங்கிடு.

குப்புசாமி : அய்யய்யோ, மாப்பிள்ளைக்கு என்னாச்சு? காலங்கார்த்தால தூங்கி எழுந்து பேத்தறாரே? ஜானகி! ஜலம் கொண்டு வா, முகத்துல தெளிச்சு பாப்போம்.

மாது : போதும்யா நீ ஜலம் தெளிச்சது. அதான் மொட்டை மாடியில வேலைக்காரி மாதிரி பக்கெட் ஜலத்தை மேல கொட்டினியே. கோலம் லாம் போட்டுட்டு பூட்டியே.

(தாத்தா Entry)

தாத்தா : என்ன ஆச்சு?

மாது : ம்... நீ என்னாச்சுனாலே நான் குழந்தை அழுர்றதும் பேன். Woodwards gripewater குடு - குழந்தையா இருக்கறச்சே, உனக்கு நான் அதைத்தான் குடுத்தேம்பே... அதானே தாத்தா! இந்த குழந்தை வேண்டாம். நல்ல விலைக்கு வந்தா வித்துடு, ரொம்ப அழுர்றது, மார்க்கெட்டுல சிரிக்கிற குழந்தை சீப்பா கிடைச்சா வாங்கிக்கலாம்.

தாத்தா : டேய்! என்னடா உளர்றே? எந்த குழந்தை!

மாது : என் குழந்தை தாத்தா.

தாத்தா : முண்டம்! உனக்கேதுடா குழந்தை? என்ன ஜானகி! எங்களுக்கு தெரியாம பெத்து வச்சிருக்கியா? உளர்றான்.

மாது : தூளில இருந்ததே! கட்டின தூளி எங்க? உப்பிலி கடைசியா நீ தூளியை விட்டு இறங்கினே இல்லையா?

உப்பிலி : தூளியவிட்டா? நான் மாடியைவிட்டுனா இறங்கி வர்றேன்...

ஜானகி : தாத்தா! என்னாச்சு இவருக்கு?

தாத்தா : நீ போய் சூடா காப்பி கொண்டுவாம்மா... பயலுக்கு ஏதோ கனவு... அதான் பேத்தறான்.

குப்புசாமி : அப்பனே! வெங்கடாஜலபதி! எல்லாம் நல்லபடியா நடக்க அருள் புரிப்பா. நான் திருப்பதிக்கு நடந்து வந்து எம்புள்ளை உப்பிலிக்கு மொட்டை அடிக்கறேன்.

உப்பிலி : நல்ல கதையா இருக்கே. எல்லாத்துக்கும் நானா கிடைச்சேன்? உன் மாப்பிள்ளை எதான பினாத்தினான்னா, எனக்கு மொட்டை அடிக்கறதா எதுக்கு வேண்டிக்கறே?

குப்புசாமி : உனக்கு வேலை கிடைச்சா, மொட்டை அடிக்கறதா ஏற்கனவே வேண்டிகிட்டிருக்கேன்.

உப்பிலி : அல்பம்பா நீ... எதுக்கு ரெண்டு வேண்டுதலை ஒண்ணா சேர்த்துக்கறது.

குப்புசாமி : ரெண்டு தடவை மொட்டை அடிச்சா, தலையிலே ரத்தம் வரும்.

(காபியுடன் ஜானகி Entry)

தாத்தா : ம்...குடும்மா... சாப்பிடு... என்னடா கனவு... குழந்தை - கிழந்தைன்னே, தூளி - கீளின்னே...

மாது : என் குழந்தையை தூளில போட்டு சமாதானப் படுத்தினா மாதிரி கனவு.

ஜானகி : என்னன்னா என் குழந்தைன்னு பிரிச்சுப் பேசறேள்? நம்ம குழந்தைன்னு சொல்லுங்கோ...

மாது : சரிடி, நீ உன் கனவுல பத்து மாசம் சுமந்து பெத்த கனவுக் குழந்தையை நான், என் கனவுல தூளில போட்டு ஆட்டினேன். போதுமா?

தாத்தா : குழந்தை ஆணா? பெண்ணா?

மாது : அது தூளிக்குள்ள படுத்திருந்தது. அதுவும் குப் புறக்க... ஆணா பெண்ணான்னு சரியா தெரியலே. கரெக்ட். ஆம்பளையாத்தான் இருக்கணும். தாத்தா கூட அதுக்கு தன்னோட தாத்தாவோட தாத்தா பேர் வச்சிருந்தார் - சதா அழகிய சிங்க ராமானுஜம்னு.

தாத்தா : எங்க தாத்தாவோட தாத்தா பேர் சித்தூர் பக்த வச்சலம் அய்யங்கார் - C.B.Iனு கூப்பிடுவா... பெரிய மிராசுதாரர்... C.B.Iனு அவர் பேரை கேட்டா, அழுத புள்ளை வாயை மூடும்.

மாது : ஆனா, கனவுல வந்த எம்புள்ளை தான் தொறந்த வாயை மூடலை - அழுகை.

ஜானகி : குழந்தை என் ஜாடையா? உங்க ஜாடையா?

மாது : அழறச்சே உன் மாதிரி அச்சு, ஜாடை அப்படியே இருந்தது.

குப்புசாமி : மாப்பிள்ளை! கனவுல நான் வந்தேனா?

மாது : நீங்க இல்லாம நான் எப்ப கனவு கண்டு இருக்

கேன்? நான் தூங்கறமாதிரி கனவு கண்டா கூட, அதுல நீங்க பக்கத்துல தூங்கிட்டே, உப்பிலிக்கு வேலை கிடைச்சுதான்னு கனவுல கேட்டேள்.

குப்புசாமி : கிடைச்சுதா?

மாது : அப்ப, உப்பிலி தூளில இல்ல தூங்கிக்கிட்டு இருந்தான்.

குப்புசாமி : மூதேவி! கனவுலயும் தூக்கமா?

தாத்தா : சரி சரி, போய் குளிச்சு சாப்பிடற வழிய பாரு. மாது, இந்த கனவு ஒரு விதத்துல நல்லது. உனக்கு குழந்தை ஆசை வந்தாச்சு. சட்டுபுட்டுனு ஒரு குழந்தையை பெத்துக்க. கல்யாணமாகி ஏழு வருஷமாச்சு. இன்னும் குழந்தை இல்லையேன்னு ஜானகியை குத்தலா எல்லாரும் கேக்கறா.

மாது : ஆமாம், கேக்கறவாளுக்கு வேற வேலை இல்லை? அவாளா வந்து வளக்கப் போறா? போறும்பா... கனவுல ஒரு குழந்தையோட அழுகையை அடக்க நான் பட்ட பாடு... கனவே இப்படின்னா நிஜம் எப்படி?

தாத்தா : என்ன உளர்றே? உனக்கொரு வாரிசு வேணாமா?

மாது : ஆமாம், பெரிய திருவாங்கூர் ராஜவம்சம், வாரிசுக்கு.

தாத்தா : அவ்வளவு பெரிசா இல்லாட்டியும், நீயும் சித்தூர் ராஜவம்சம்தான். உன்னோட தாத்தா வோட தாத்தாவோட தாத்தா சித்தூர் பக்தவச்சலம் அய்யங்கார் - திவானா இருந்தார்.

மாது : போ தாத்தா, திவான்னா இந்த சோபா, திவான், திண்டு... அந்த திவான், கடைசி ராஜாவா இருந்து இருப்பார்.

குப்புசாமி : மாப்பிள்ளை, உங்களுக்கு ஆசை இல்லாம இருக்கலாம். எனக்கு ஒரே ஒரு பொண்ணு ஜானகி. அவளுக்கு குழந்தை பொறக்கணும்னு நான் ஆசைப்படறது தப்பா?

மாது : எனக்கு குழந்தை வேணாம். வேணும்னா உங்க

பொண்ணு பெத்துக்கட்டும், எனக்கு ஆட்சேபணை இல்லே.

தாத்தா : என்னடா உளர்றே?

குப்புசாமி : மாப்பிள்ளை, எனக்கு ரெண்டு ஆசை. ஒண்ணு பேரனை பாக்கணும், ரெண்டு உப்பிலிக்கு வேலை கிடைக்கணும்.

மாது : அது என்ன, கூடக்கூட உப்பிலிக்கு வேலை கிடைக்கணும்கறதை இலவச இணைப்பாட்டம், எல்லாத்தோடயும் சேக்கறேள். குழந்தைலாம் அஞ்சு வருஷம் கழிச்சு. நெனைக்கவே பயமாயிருக்கு. எப்பப் பாரு அழும், அதுவும் என்னைப் பார்த்தாத்தான் அழும். இவ சும்மா இருப்பாளா? விளையாட்டு காட்டும்பா... உடனே இவர் கிலுகிலுப்பை தருவார் - சத்தமே வராத கிலுகிலுப்பை... தூளில போட்டு ஆட்டு, தூக்குல போட்டு ஆட்டும்பா இவ.

தாத்தா : குழந்தைன்னா அப்படித்தான் இருக்கும்.

மாது : அப்படியே இருந்தா பரவாயில்லையே? வளருமே... எத்தையான தின்னுட்டு பேதியாகும். டாக்டர்கிட்ட ஓடினா, ஒண்ணுமில்லை, குழந்தைக்கு பல்லு முளைக்கறது, அதான் பேதிம்பார். சரின்னு, அடுத்த வாட்டி பேசாம இருந்தா, டாக்டர் வந்து, என்ன இப்படி பேதியாறது, குழந்தைக்குத் தடுப்பு ஊசி போட்டீங்களாம்பார். T.Vலே தடுப்பு ஊசி போடாததால, உங்க குழந்தை இளம்பிள்ளை வாதத்தால தாக்கப் படும்னு நம்மள பயமுறுத்துவாங்க. அப்புறம் ஸ்கூல்லே சேர்க்கணும் - L.K.G அட்மிஷன் லேசா? உப்பிலிக்குக்கூட வேலை கிடைச்சுடும். குழந்தைக்கு சீட்டு கிடைக்காது. வாணாம்பா... இப்ப சக்திக்கு குழந்தைகளே வாணாம்!

தாத்தா : ஏண்டா குழந்தை வளக்கறதைப்பத்தி இவ்வளவு தெரிஞ்சுக்கிட்டுருக்கே? அப்புறம் ஏன் குழந்தை வேண்டாங்கறே?

மாது : இவ்வளவு தெரிஞ்சதுனாலதான் நான் வேணாங்கறேன்.

தாத்தா : நான் வளக்கறேன்டா என் கொள்ளுப் பேரனை.

மாது : இப்ப இப்படித்தான் சொல்லுவே. அப்புறம் woodwards gripewater கொடுத்துட்டு, என் தலையில கட்டிட்டு பூடுவே. Governmentடோட சேர்ந்து, குழந்தை பெத்துக்காதேன்னு Family planning.

தாத்தா : அதெல்லாம் ரெண்டுக்கு பிறகுடா - அதுவும் வசதியில்லாதவங்களுக்கு. நீ அப்படியா? எனக்கப்பறம் என்னோட அஞ்சு லட்ச ரூபா சொத்து யாருக்கு? உனக்குத்தானே? ராஜாவாட்டம் பையனை பெத்து வளர்க்கறதை விட்டுட்டு...

மாது : ஆமாம், அஞ்சு லட்ச ரூபா சொத்து... வெறும சொல்றியே தவிர கைக்கு வந்த பாடில்ல. நெஜமாவே உன்கிட்ட அஞ்சு லட்சம் இருக்கா - அதுவே டவுட்டா இருக்கு.

தாத்தா : எனக்கப்பறம் உனக்குத்தானே? நானே இருக்கறது இன்னும் ஒரு வருஷமோ, ரெண்டு வருஷமோ?

மாது : கனவுலேயும் இதையேதான் சொன்னே... அந்த ஒரு வருஷம், ரெண்டு வருஷம்ங்கறது எந்த வருஷம் - அதை சொல்ல மாட்டேங்கறீயே?

தாத்தா : நீ பெத்துண்டா பெத்துக்கோ இல்லே எக்கேடு கெட்டுப்போ! நாளைக்கு உனக்கு கொள்ளி போட புள்ளை வேணாமா?

மாது : நீ கூடத்தான் கொள்ளி வக்க புள்ளை எங்கப் பாவை ஆசையா பெத்துருந்தே. அவர் பாவம் தனக்குத் தானே கொள்ளி வெச்சுண்டார்.

தாத்தா : பேரன் நீ இருக்கியே?

மாது : அது போறாதா? அப்புறம் எதுக்கு கொள்ளு பேரன்? எல்லாருமா சேர்ந்து கொள்ளி வக்க நீ என்ன கொடும்பாவியா?

தாத்தா : மாது! குழந்தை வாணாம், வாணாங்கறே. பெரியவன் நான் இப்ப சொல்றேன், கேட்டுக்க... ஒரு குழந்தைக்காக நீ நாயா அலையப் போறே பாரு, அப்ப தெரியும், குழந்தையோட அருமை.

மாது : So, இப்ப புரிஞ்சு போச்சு. குழந்தை பெத்துக்க லேன்னா, சொத்து தரமாட்டே. அதானே?

தாத்தா : அட போடா அல்பம்... சொத்தாம் சொத்து... நானா எடுத்துண்டு போகப்போறேன். தோ, இன்னிக்கே உம்பேர்ல உயில் எழுதி வச்சுட றேன். போறுமா? டேய் உப்பிலி. வாடா.

மாது : உயில் எழுத உப்பிலி எதுக்கு? உப்பிலி என்ன வக்கீலா?

தாத்தா : டாக்குமெண்ட்ஸ் பரண்மேலே இருக்கு. எல்லாத் தையும் எடுத்து உம் முஞ்சியிலே விசிறி அடிக்க றேன். எனக்கென்னடா, நான் இருக்கப்போறது இன்னும் ஒரு வருஷமோ, ரெண்டு வருஷமோ... உப்பிலி ஒரு ஸ்டூல் எடுத்துண்டு வா.

மாது : Stoolல பாத்து ஏறு. ஒரு வருஷம் ரெண்டு வருஷம்னு சொல்லிண்டுருக்கே. அது இந்த வருஷமா இருக்கப் போறது, முடிஞ்சா உப்பிலியை பரண்லேயே விட்டுட்டு வந்துடு.

ஜானகி : சீ பாவம்... உங்களுக்கு பிடிக்கறதோ, பிடிக்க லையோ - தாத்தா கேட்டா, பெத்துக்கறேன்னு சொல்லி தொலைக்கறதுதானே?

மாது : பைத்தியம். அதெ நீ சொல்லணும்டி - நீதான் பெக்கணும்.

குப்புசாமி : எனக்கே பேரனை பாக்கணும்னு ஆசையா இருக்கு மாப்பிள்ளை. மாப்பிள்ளை! தாத்தா உயிலை உங்க பேர்ல எழுதிவச்சா, நீங்க அதுல உப்பிலி பேர்ல எவ்வளவு உயில் எழுதி வைப்பேள்?

மாது : உப்பிலி பேர்ல நான் எதுக்கு உயில் எழுதணும்?

குப்புசாமி : வேலை வாங்கி தரேன்னேள், தரலை. Atleast

வர சொத்துல ஒரு பங்களாவை வெட்டி விடுங்க ளேன்.

மாது : வெட்டிவிடறதா? முதல்ல உங்களையும் உங்க பையனையும் வெட்டிவிடணும். யோவ்! உம்புள்ளைக்கு நீ தான்யா உயில் எழுதணும். நல்ல பிஸ்னஸ்யா இது.

தாத்தா குரல் : ஆ ஆ ஆ...

மாது : அய்யய்யோ, என்ன சத்தம்? தாத்தா குரல் மாதிரி இருக்கு.

ஜானகி : நான் அப்பவே சொன்னேன். உயில் சொத்துன்னு தாத்தாவை உசுப்பிவிடாதேள்னு. பரண் மேல ஏறின தாத்தா...

குப்புசாமி : அய்யோ, மாப்பிள்ளை பேர்ல உயில் எழுத பரண்மேல போனார். ஒரேயடியா மேலே போயிட்டாரே.

மாது : வாயை பொத்துய்யா, அபசகுணம். ஜானகி! டாக்டருக்கு போன் பண்ணு. *(தாத்தா Files, Documentsசுடன் வர...)* தாத்தா உனக்கு ஒண்ணும் ஆகலையா?

தாத்தா : சத்தத்தை கேட்டு பயந்துட்டியா! அங்க store roomல ஒரே இருட்டு. நான் பரண்லேந்து இறங்கிட்டேன். உப்பிலி எனக்கு முன்னாடி இறங்கிட்டான்னு நெனைச்சு, stoolல எடுத்தேனா, அப்ப தான் உப்பிலி இறங்கி இருக்கான்.

மாது : உப்பிலி விழுந்ததுக்கு நீ ஏன் சத்தம் போட்டே?

தாத்தா : கீழ விழறச்சே எனக்கு தெரிஞ்சு யாரும் சாதாரணமா சத்தம் போடுவா. இந்த முண்டம், சத்தம் போடாம விழுந்தான். அதான் அவன் சார்பா நான் சத்தம் கொடுத்தேன்.

மாது : உனக்கு ஒண்ணும் ஆகலையே?

தாத்தா : ஆனாத்தான் என்ன? நான் இருக்கப் போறது இன்னும் ஒரு வருஷமோ, இரண்டு வருஷமோ?

குப்புசாமி : அந்த ஒரு வருஷம், ரெண்டு வருஷம்-அதுக்குள்ள எல்லாரையும் பரண்லேந்து தள்ளிட்டுத்தான் நீர் போவீர். எம்புள்ளை உப்பிலி எங்க? (உப்பிலி நொண்டி, நொண்டி வர...) உப்பிலி என்னாச்சு? அய்யோ... என்ன பேசாம இருக்கான். பேச்சு வரலையா!

மாது : ஊமை காயமா இருக்கும். அதான் பேச்சு வரலை.

குப்புசாமி : உப்பிலி எப்படிடா இருக்கு?

உப்பிலி : விடுப்பா... லேசா அடி.

குப்புசாமி : அய்யோ கால் Fracture ஆயிருக்க போறது! மாப்பிள்ளை! கால் உடைஞ்சதால உப்பிலிக்கு வேலை கிடைக்காம போயிடுமோ - Medically unfitனுடுவான்.

தாத்தா : மாது, இந்தாப்பா என் சொத்து சம்பந்தப்பட்ட தஸ்தாவேஜுகள்...

மாது : அய்யய்ய, என்ன தாத்தா ஒரு விளையாட்டுக்கு சொன்னா, நீங்க நெஜமாவே...

தாத்தா : வாண்டாம்பா, விளையாட்டு தான் வினைல முடியும். ஜானகி இங்க வாம்மா, இந்தா, என் னோட சொந்த ஊர் சித்தூர்ல 10 ஏகரா புஞ்சை 10 ஏக்ரா நஞ்சை இருக்கு. இந்த நீல கலர் டாக்கு மெண்ட் நஞ்சை, வெள்ளை கலர் புஞ்சை.

குப்புசாமி : இது...

மாது : இது மஞ்சை yellow பார்த்தா தெரியல. சும்மா இருங்க மாமா. இது என்ன தாத்தா லிஸ்ட்?

தாத்தா : உங்க பாட்டிக்கு சீதனமா வந்த நகைகள்- எல்லாம் Bank locker இருக்கு. படிச்சுப் பாரு லிஸ்டை.

மாது : எட்டுக்கல் பேசரி, வைர அட்டிகை, தங்க ஒட்டியாணம், 20 பவுன் வளையல், வெள்ளி கொலுசு... என்ன தாத்தா? எலக்ட்ரிக் பட்டாசு, குருவி வெடினு தீபாவளி லிஸ்ட் பட்டாசு லிஸ்ட் மாதிரி நீண்டுண்டே போறது. இத்தனையுமா பாட்டி போட்டுண்டுருந்தா?

தாத்தா : பாவம்... சுமங்கலியா போயிட்டா...

மாது : கனங்கலியா போயிட்டானு சொல்லு. நகை கனம்தாங்காம, மூச்சு திணறி போயிருப்பா. பாட்டி சாவறச்சே என்ன வயசு?

தாத்தா : என்ன முப்பது, முப்பத்தைஞ்சு இருக்கும்.

மாது : So, இப்ப என் பாட்டி, பாட்டியாறதுக்கு முன்னாடியே போயிட்டாளா? ஏய் பாத்தீரா, எங்க பாட்டிக்கு வந்த சீதனம். நீரும் தந்தீரே - அல்பமா 20 பவுன் நகை போட்டுட்டு. இதுல உமக்கு பங்கு வேற வெட்டி விடணுமா? நீர் எந்த ஊர்?

குப்புசாமி : சிங்க பெருமாள் கோவில்.

மாது : ம்... சித்தூர் ராஜவம்சம். நாம எப்படி சிங்க பெருமாள் வம்சத்துல சம்பந்தம் பண்ணோம்... ரொம்ப லேட்டா சொல்லிட்டா தாத்தா...

தாத்தா : எல்லாம் இப்ப ஜானகிக்குத்தான்.

ஜானகி : அந்த Listடை தாங்கோ. அதுல காதுக்கு போட்டுக்க ஜிமிக்கி இருக்கா?

மாது : அல்பம். ஒரு விம்மிடியாரையே கொடுத்துருக்கார். ஜிமிக்கி இருக்கா பாருங்கறியே. எத்தனை நகை வாங்கித்தா, பொம்பளைங்களுக்கு திருப்தியே கிடையாதுப்பா... தாத்தா... அந்த அஞ்சு லட்ச ரூபா...

தாத்தா : நகை ரெண்டு லட்சம், பாங்க்ல பாலன்ஸ் எம்பேர்ல அஞ்சு லட்சம் ஆக மொத்தம் ஏழு லட்சம்!

குப்புசாமி : உப்பிலி பேர்ல ஒரு லட்சம் எழுதி வையுங்களேன்.

மாது : இது பரம்பரை பரம்பரையா சித்தூர் ராஜ வம்ச சொத்து- கண்டவங்களுக்கெல்லாம் தர முடியாது. சித்தூருக்கு சேர வேண்டியது. உம்ம பையன் புத்தூருக்கு போக வேண்டியது, கால்ல கட்டு போட்டுக்க. அந்த வைத்திய செலவை வேணா

உயில் எழுதித் தரேன்.

தாத்தா : மாது! சாயங்காலம் வக்கீலை வரச்சொல்லு. உம் பேர்ல எழுதிவக்கறேன்.

மாது : என்ன அவசரம் தாத்தா - அப்படி சாயங்காலத் துக்குள்ள எழுத...

தாத்தா : இல்லடா. நான் இருக்கப் போறது ஒரு வருஷமோ, ரெண்டு வருஷமோ...

மாது : சாயங்காலத்துக்குள்ளலாம் ஒரு வருஷம், இரண்டு வருஷம் முடிஞ்சுடாது. ஒண்ணும் அவசர மில்லை, சாயங்காலம்லாம் வாணாம். நாளைக்கு வரச் சொல்லறேன் லாயரை.

தாத்தா : மாது! இவ்வளவு சொத்தும் உம் பேர்ல வரப் போறது. யோசிச்சுப் பாரு ஆஸ்திக்கு ஒரு புள்ளை உனக்கு வேணாமா! நல்லா யோசிச்சுப் பாரு. (போகிறார்)

மாது : தாத்தா.

தாத்தா : (போனவர் திரும்பி) என்னடா?

மாது : இது என்னது? Golden diary?

தாத்தா : ஓ... அதெ விட்டுட்டேனா? குடு...

மாது : என்னது இது? தங்க கலர்ல டைரி மாதிரி இருக்கு.

தாத்தா : டைரியேதான் - பரண்லே கிடந்தது.

மாது : யாரோட டைரி?

தாத்தா : சித்தூர் பக்தவச்சலம் அய்யங்கார் சொன்னேனில் லையா?

குப்புசாமி : தாத்தாவோட, தாத்தாவோட, தாத்தாவோட தாத்தா.

மாது : தாத்தாவோட தாத்தா - கூட நீரா எதுக்கு ரெண்டு தாத்தா சேக்கறீர்? யார் அந்த CBI சித்தூர் பக்த வச்சலம் ஐயங்காரா - CBI ஐயங்காரா?

தாத்தா : ஆமாம். அவர் எழுதின டைரி.

மாது : CBI டைரிக் குறிப்புனு சொல்லு.

தாத்தா : அவர் சித்தூர் ராஜாகிட்ட திவானா இருந்தார். அதுமட்டுமல்ல பெரிய Astrologer. ராஜாவோட பர்சனல் ஜோஸ்யர். அவர்தான் ராஜாக்கு மழை பெய்யும் - புயல் அடிக்கும் - வெள்ளம் வரும்னுலாம் சொல்வார்.

மாது : இதெல்லாம் எப்படி, நம்ம வானிலை அறிக்கை மாதிரி வந்தப்புறம் மழை வரும், புயல் வரும்பாரா, இல்லே, வரதுக்கு முன்னாடியே சொல்வாரா?

தாத்தா : CBI அய்யங்காரைப் பத்தி என்ன நெனைச்சே... ஒருதடவை ராஜாகிட்ட, இந்த நேரத்துல ஆற்காடு நவாபோட சண்டை வரும்னார். ராஜா வராதுன்னார்.

மாது : என்ன ஆச்சு? ஆற்காடு நவாப் சண்டைக்கு வந்தாரா?

தாத்தா : வரலை. ஆனா CBI அய்யங்காருக்கு வேலை போச்சு.

மாது : ஏன்?

தாத்தா : சண்டை தாத்தாக்கும், ராஜாக்கும் வந்துடுத்து. அதுல ராஜா, தாத்தாவை வேலையைவிட்டு தள்ளிட்டார். அதுலேந்து தாத்தா யாருக்கும் ஜோஸ்யம் சொல்றதில்லை. அதுலேந்து தனக்குத்தானே ஜோஸ்யம் சொல்லிக்க ஆரம்பிச்சார்.

மாது : தனக்குத்தானேவா?

தாத்தா : ஆமாம். தன்னோட வருங்கால சந்ததியைப்பத்தி, தன் பரம்பரையிலே என்னல்லாம் நடக்கப் போறதுன்னு ஜோஸ்யத்துல தெரிஞ்சுண்டு ஒரு டைரில எழுத ஆரம்பிச்சார். அதான் இந்த டைரி.

மாது : இதெல்லாம் யார் உனக்கு சொன்னா?

தாத்தா : டைரில் முதல் பக்கத்துல எழுதி இருக்கு. அதெ பரண்மேலே படிச்ச சுவாரஸ்யத்துலதான் நான் கீழ இறங்கி stoolலை எடுத்துட்டேன். உப்பிலி கீழே விழுந்துட்டான்.

மாது : அப்ப, இதுல நம்ம பரம்பரையைப்பத்தி எழுதி யிருக்கா?

தாத்தா : Fullலா படிக்கலை.

மாது : சுவாரஸ்யமா இருக்கு. படிச்சுப் பார்ப்போம்... சித்தூர் பக்தவச்சலம் அய்யங்கார் அலையஸ் CBI அய்யங்கார். இதில் வரும் பாத்திரம், சம்பவங்கள் அனைத்தும் பின்னால் நடக்கப் போகும் நிஜங்கள்.

எனக்கு இரண்டு மனைவிகள் - இதை நான் எழுதும் போது எனக்கு திருமணம் ஆகவில்லை. ஆம், நான் ஒரு CBI +2.

தாத்தா : பாத்தீயா, கல்யாணத்துக்கு முன்னாடியே தனக்கு ரெண்டு wife வரப் போறாள்னு ஜோஸ்யம் சொல்லியிருக்கார்.

மாது : போ தாத்தா, இது ஜோஸ்யம் இல்லை. சபலம். என் மூத்த மனைவிக்கு மூன்று பிள்ளைகள். இளையவளுக்கு ரெண்டு பெண்கள். சரிதான். கல்யாணம் பண்ணிண்டு, குழந்தை குட்டிகளை பெத்துட்டு, சாகற காலத்துல சாவகாசமா எழுதிட்டார். நான் கூடத்தான் எழுதுவேன். எனக்கு ஒரு மனைவி - அவள் பெயர் ஜானகி- என் மனைவியின் அப்பா பெயர் 'கு'வில் ஆரம்பிச்சு 'மி'யில் முடியும், நடுவில் 'ப்புசா' என்று வரும் - அவர் மகன் பெயர் 'உ'வில் ஆரம்பித்து 'லி' யில் முடியும், நடுவில் 'ப்பு' என்று வரும் - அவன் பரணிலிருந்து விழுந்து காலில் அடிபட்டுக் கொள்வான், Fractureஆ என்பது நாளை தெரியும் - அவனுக்கு இந்த ஜென்மத்தில் வேலை கிடைக்காது. தாத்தா இது CBI டைரி இல்லை - பயங்கர OBI டைரி.

தாத்தா : மேல படியேன்.

மாது : என் மூத்த மகனுக்கு ஒரு புள்ளை.

தாத்தா : எங்க தாத்தாவோட அப்பா.

மாது : அவருக்கு ஒரு புள்ளை.

தாத்தா : எங்க தாத்தா.

மாது : அவருக்கு ஒரே புள்ளை.

தாத்தா : எங்கப்பா.

மாது : அவருக்கு ஒரே புள்ளை.

தாத்தா : நான்.

மாது : அவருக்கு ஒரே புள்ளை.

தாத்தா : உங்கப்பா.

மாது : அவருக்கு ஒரே புள்ளை நான். அவனுக்கு-எனக்கு...

தாத்தா : உனக்குத்தான்.

மாது : அடுத்த பக்கம் அய்யய்யோ. என்னது 20ம் பக்கம் கிழிஞ்சிருக்கு. 21ம் பக்கம். இந்த டைரியில் 20ம் பக்கம் நாளடைவில் செல்லரித்து கிழியும்... அட இதெல்லாம் கூட ஜோஸ்யம் சொல்லி இருக்கார்.

தாத்தா : படி படி... சுவாரஸ்யமா இருக்கு.

மாது : இனி வருவது... ஐந்தாம் படைபற்றி. என்னது ஐந்தாம் படை... ஆறாம் சொறி...

குப்புசாமி : ஐந்தாம் படைனா - மொத பக்கம் பாருங்க மாப்பிள்ளை.

மாது : CBI அய்யங்கார் முதலாம் படை.

குப்புசாமி : புரிஞ்சு போச்சு. முதல் தலைமுறை. இப்ப படிச்சது ஐந்தாம் தலைமுறை.

மாது : அதை ஏன் ஐந்தாம் படைன்னு எழுதினார்? புரிஞ்சு போச்சு. சித்தூர் ராஜா வம்சம் இல்லையா? அதான் படைனு எழுதி இருக்கார். கைகுடுங்க மாமா, முதல் தடவையா புத்தி சாலியா பேசியிருக்கீங்க.

குப்புசாமி : நான் இப்ப டைரி எழுதினேன்னு வச்சுக்கோ. நான் முதலாம் படை. உப்பிலி இரண்டாம் படை.

மாது : நீங்க படை இல்லை, சடை. பேசாம இருங்க.

ஐந்தாம் படைனா நீயா தாத்தா? நீதானே அஞ்சா வது தலைமுறை?

ஐந்தாம் படை - இவர் பெயருக் கேற்றாற் போல ஜம்மென்று வாழ்வார்.

உம்பேர் ராமானுஜம் - பேருக்கு ஏத்தா மாதிரி ஜம்மென்று வாழ்வாய். பரவாயில்லையே... உன் தாத்தாவோட தாத்தா உன் பெயரையே predict பண்ணிருக்காரே. இவர் மனைவி பேருக்கு ஏற்றாற் போல 'கம்'மென்று இருப்பாள். பாட்டி பேரு என்ன?

தாத்தா : அஞ்சுகம்.

மாது : அது என்ன கம்மென்றிருப்பாள்?

தாத்தா : கம்முனு பேசவே மாட்டா. சாது.

மாது : அவள் - அதாவது பாட்டி - அவள் உயிர் தண்ணீரில போகும். இங்கதான் உதைக்குது. CBI ரீல் விடறார். தண்ணீரில் உயிர் போகும்னா, ஆத்துலயோ, குளத்துலயோ போகணும். நீயே சொல்லியிருக்கே பாட்டி வீட்டுல தான் செத்தான்னு.

தாத்தா : குளிக்கறச்சே பாத்ரூம்லே தண்ணி வழுக்கி விழுந்துதானே பாட்டி போனா...

மாது : கரெக்ட்... சிறுவயதில் சிவலோக பதவி அடைவாள். ஏன் தாத்தா, நாம ஐய்யங்கார், பாட்டி எப்படி சிவலோகம் போவோ, வைகுந்த பதவி தானே?

தாத்தா : இல்லை, நான்தான் அய்யங்கார். உங்க பாட்டி ஐயர். Love Marriage, அதான் CBI சூசகமா சிவலோகம்கறார். புருஞ்சுண்டையா?

மாது : தாத்தா சும்மா சொல்லக்கூடாது. CBI ஐயங்காரை, ஐயர் தி கிரேட் மாதிரி அய்யங்கார் தி கிரேட்னு இவரை வச்சு படம் எடுக்கலாம். ஆறாம்படை, அப்பாக்கு வந்துட்டாரே. உன் வண்டவாளம் இன்னும் வரும்னு பார்த்தேன். தப்பிச்சுட்டே.

ஆறாம்படை - இவன் அல்ப ஆயுசு. என்னது அப்பாக்கு அல்ப ஆயுசா? 55 வயசுல தானே போனார். அல்ப ஆயுசுனு உளறி இருக்கார். என்னது X மார்க் போட்டு வேற ஏதோ எழுதி இருக்கு. ஆறாம்படை - அந்த அல்பனுக்கு ஆயுசு 55. அட அப்பா சர்வ கஞ்சம். கரெக்டா அல்பம்னு போட்டுருக்கே.

குப்புசாமி : மாப்பிள்ளை.

மாது : என்ன டென்ஷன் ஆயிட்டேள்?

குப்புசாமி : அடுத்தது ஏழாம்படை. நீங்க suppose...

மாது : ஏன் இப்படி பாப்பா மலர்ல காக்கா நரி கதை கேக்கற குழந்தை மாதிரி பறக்கறேள்?

தாத்தா : படியேன்டா...

மாது : படிக்கறேன். ஏழாம்படை. இவன் ஒரு குல விளக்கு, தெய்வ மகன், உயர்ந்த உள்ளம், கெட்ட உத்தமபுத்திரன்... நமது பரம்பரையின் கலங்கரை விளக்கு.

தாத்தா : அப்புறம்...

மாது : இப்படிலாம் என்னைப்பத்தி உசத்தியா எழுதி இருக்கும்னு பாத்தேன். ஏழாம் படை போட்டு கேள்விக் குறி போட்டு இருக்கு. என்ன இந்த CBI அய்யங்கார் கேள்விக்குறியோட விட்டுட்டார். (பக்கம் புரட்ட) ஏழாம் படை - மறுபடியும் கேள்விக் குறி - என்னது இது... (பக்கம் புரட்ட)... தோ ஏழாம்படை கேள்விக்குறி. 1991 November 23 தேதி... அட போட்டு இருக்கு.

தாத்தா : காமி.

மாது : இரு தாத்தா... 1991 November 23ந் தேதி மறுபடியும் கேள்விக்குறி. இது என்ன 1991 November 23 ஐந்தாம் படை...

தாத்தா : ஐந்தாம் படை... நானு. படி படி படி...

மாது : ஒண்ணும் furtherஆ எழுதலையே? ஜானகி சாப்பாடு ரெடியா? வாங்க போகலாம்.

தாத்தா : என் டைரியை குடுடா.

மாது : ஒண்ணுமில்லை தாத்தா.

தாத்தா : குடுடான்னா...

மாது : தாத்தா... அது ஏதோ பேத்தல்.

தாத்தா : (பிடுங்கி) இரு, படிப்போம்...

மாது : தாத்தா please வாணாம் ஏதோ கிழம் பொழுது போகாம கிறுக்கி இருக்கு.

தாத்தா : ஐந்தாம் படை 1991 Nov 23 இந்த தேதிக் குள் எட்டாவது படையை பார்க்காவிட்டால் ஐந்தாவது படையின் ஆத்மா சாந்தி அடையும். மாது...

மாது : தாத்தா, இதெல்லாம் பேத்தல்.

குப்புசாமி : அதாவது மாதுக்கு ஒரு வருஷத்துல குழந்தை பொறக்கலேன்னா தாத்தா Closeஆ?

மாது : ஐய்யோ சும்மா இருங்க மாமா... தாத்தா கண்ட டைரியை நம்பாதே.

தாத்தா : மாது! சாயங்காலம் லாயரை வரச் சொல்லிடு. சொத்தையெல்லாம் உம்பேர்ல...

குப்புசாமி : பாத்து... என்ன தலை சுத்தறதா?

மாது : சும்மா இருங்க மாமா... தாத்தா! உனக்கு ஒண்ணும் இல்லை. நீ நூறு வயசு வரை இருப்பே.

தாத்தா : இல்லடா. டைரில first time date போட்டுருக்கு. எனக்கு நாள் குறிச்சாச்சு. போன மாசம் வேற மார்ல லேசா வலிச்சுது.

மாது : அதான் ECG, Xrayலாம் எடுத்துப் பாத்தாச்சே. நானும் மாமாவும்தான் டாக்டர்கிட்ட காட்டி னோமே? என்ன மாமா?

குப்புசாமி : ஆமாம். Xrayஐ பாத்துட்டு ஒண்ணும் இல்லேன் னுட்டார். சின்னதா ஒரு ஓட்டை - அதைக்கூட அடைச்சுடலாம்னு.

மாது : நீங்க தள்ளி நில்லுங்க மாமா. கண்றாவி! அது Xrayல மாமா கிளிப்பு போடறச்சே ஒட்டை போட்டுட்டார்... ஜானகி...

ஜானகி : (வந்து) என்னன்னா மறந்துட்டேளா! இந்தாங் கோ பாயஸம்.

மாது : எதுக்கு பாயஸம்?

ஜானகி : இன்னிக்கு என்ன தேதி Nov 23 - தாத்தா பர்த்டே. 79 முடிஞ்சு 80ங்ல நுழையறார். அடுத்த வருஷம் இதே தேதில தாத்தாக்கு 80 ஆறது. சதாபி ஷேகம்.

குப்புசாமி : எல்லாம் சேர்ந்து அப்த பூர்த்தி சதாபிஷேகம்னா கண்டம்பா... எங்கப்பா சதாபிஷேகத்தின் போது மணைல உக்கார வச்சு, தலைல தண்ணியை கொட்டறச்சே, அந்த குளிர்லயே விறைச்சுப் போயிட்டார்.

மாது : அய்யோ, உங்க ஊத்த வாயை மூடிண்டு இருங்க ளேன்.

ஜானகி : என்னன்னா...

குப்புசாமி : ஜானகி, உங்களுக்கு அடுத்த வருஷத்துக்குள்ள குழந்தை பொறக்கலேனா?

ஜானகி : பொறக்கலேனா?

குப்புசாமி : அதுக்கு அடுத்த வருஷம், தாத்தாதான் குழந்தையா மறு ஜென்மம் எடுக்கணும். டைரில எழுதி இருக்கு.

ஜானகி : என்ன சொல்றேள்?

மாது : இப்ப எல்லாரும் பேசாம இருக்கப் போறீங்களா இல்லையா... தாத்தா...

தாத்தா : (உட்கார்ந்த நிலையில் இருக்கும் தாத்தா) இந்த பக்கம் வலிக்குதுடா. Heart attack தானே?

மாது : Heart இந்த பக்கம் தாத்தா!

குப்புசாமி : ஒரு வேளை Heart இடம் மாறி இருக்குமோ?

மாது : மாமா... டைரியில மாமனார் மரணம்னு எழு

திட்டு, உங்களை கொன்னுடுவேன். பேசாம இருங்களேன்.

ஜானகி : தாத்தா, என்ன கண்ணை மூடி, மூடி திறக்க றேள்?

தாத்தா : பாசக்கயிறோட எமன் எருமையில வரா மாதிரி இருக்கு.

குப்புசாமி : நான் வேணா தெரிஞ்சவாளுக்கெல்லாம் சொல் லிடவா?

(ஜெயபால் - பால்காரன் Entry)

பால்காரன் : அம்மா பால்... என்ன மாது? வேஷப் பொருத்தம் எப்படி? எமன் வேஷம் போட்டு கூத்துல சும்மா கொன்னுட்டேன் போ. அப்புறம் எப்பம்மா பால் ஊத்தணும்?

குப்புசாமி : பத்தன்னிக்குத்தான்.

மாது : போடா - ஜெயபால் நீ வேற. வேளைகெட்ட வேளைல... *(போகிறான்)*

தாத்தா : மாது, ஜான்கி, இப்படி வாங்க.

மாது : அல்டாதே தாத்தா... ஒண்ணுமில்லை. You are perfectly alright.

தாத்தா : இல்லடா... குழந்தை பெத்துக்கறது, பெத்துக் காதது உன் இஷ்டம். நான் யாரு உன்னை compel பண்ண... அட... ஒரு வேளை நான் போனதுக்கப்பறம் பெத்துண்டா, குழந்தைக்கு எம் பேரை வை ராமானுஜம்னு. பேருக்கேத்த மாதிரி ஜம்முனு வாழ்வான். என்ன வப்பியா? மாது குழந்தையை நீ பெத்துக்கறியாடா?

மாது : சரி, பெத்துக்கறேன்.

தாத்தா : எப்ப? நான் போறதுக்குள்ள எம் பேரனை பாத்துட்டு போயிடறேனே. என் கண்ணுல எம் பேரனை, கொள்ளுப் பேரனை காட்டுவியா?

குப்புசாமி : அப்ப தான் சொத்தா?

தாத்தா : ஆமாம், அப்ப தான் சொத்து - இல்லை, எல்லாம் தர்மத்துக்கு...

குப்புசாமி : எப்படி, இவர் இப்படி திடீர்னு கத்தறார்? பலத் தோட அணையப்போற விளக்கு பளிச்சுன்னு எரியுதா?

ஜானகி : சும்மா இருங்களேன்பா.

மாது : தாத்தா, உனக்கு ஒண்ணும் ஆகாது.

குப்புசாமி : CBI டைரில போட்டுருக்கே!

மாது : டைரியில போட்டது நடக்கும். Yes அடுத்த வருஷம் இதே தேதியில உனக்கு 80 வயசு. உன் கொள்ளுப் பேரனுக்கு ஒரு வயசு, போதுமா?

காட்சி 3

இடம்: மாதுவின் வீடு

(மாது குறுக்கும் நெடுக்குமாக நடக்க, குப்புசாமியும் உப்பிலியும் உள்ளே இருந்து வருகிறார்கள்.)

குப்புசாமி : என்ன மாப்பிள்ளை, உள்ள வராம hallலயே குட்டி போட்ட பூனையாட்டம் சுத்தறேள்? என்ன கவலை?

மாது : வேற என்ன? இந்த பூனை 1991ல 22ம் தேதிக்குள்ள குட்டி போடணுமே, அந்த கவலை தான். உள்ளே போனா தாத்தா கண்ணுல பட வேண்டி வரும். உடனே ஆரம்பிச்சுடுவார் மாது, புள்ளையை பெத்துப்பியாடான்னு, என்னை சாகாம காப்பாத்துவியாடான்னு... தாத்தாவை பாக்கறதுக்கே பயமாயிருக்கு...

குப்புசாமி : Infact எனக்கே உங்க தாத்தாவை பாக்க பயமா யிருக்கு... அவருக்கு முகத்துல அப்படி ஒரு சாவுக்களை டால் அடிக்குது!

மாது : நீங்க இப்படி ஏதான சொல்லியே அவரை சாகடிச்சுடுவீர்!

குப்புசாமி : இல்லை மாப்பிள்ளை, இப்ப தாத்தா தரையில உக்காந்திருந்தார். சரி பாவம்னு நானும் உப்பிலி யும் அவரை கட்டில்ல படுக்கவைக்க தூக்கினோம். பயங்கரமா பொணகனம் கனக்கறார். நேத்தியவிட இன்னிக்கு Bodyweight ஜாஸ்தியாயிருக்கு.

உப்பிலி : அப்பா வேற அத்திம்பேர், சும்மா இல்லாம, தாத்தா எதிர்ல என்னை, எருமை மாடு, எருமை மாடுன்னு திட்டறாரு! எருமை மாடுன்னதுமே தாத்தாவுக்கு எமன் ஞாபகம் வரது.

மாது : அப்பனும் புள்ளையும் பேசாம இருங்களேன். என்னை எவ்வளவு ஆசையா வளர்த்தார். என் தாத்தா சாவுக்கு நானே காரணமா ஆயிடுவேன் போலருக்கே. பாழாப் போன டைரி... அந்த CBI ஐய்யங்கார் கையை ஒடிச்சு அடுப்புல போடணும். இப்ப என்ன பண்றது? மாமா, எனக்கு தாத்தா வேணும்.

குப்புசாமி : அப்ப பேசாம ஒரு தாத்தாவை பெத்துண்டுடுங் கோ... வேற வழியே இல்லை. உங்களுக்கு தாத்தா வேணும்னா நீங்க புள்ளை பெத்துக்க வேண்டியதுதான். டைரி பிரகாரம் இன்னும் ஒரு வருஷம் தான் இருக்கு. மாப்பிள்ளை, ஒரு Best idea - டைரியை படிச்சுட்டுத்தானே தாத்தா பயப்படறாரு? அந்த டைரி எங்க?

மாது : தாத்தா தலைகாணிக்கு அடியிலே வச்சுருக்கார், ஏன்?

குப்புசாமி : உப்பிலியை விட்டு அதெ லவுட்டிகினு வரச் செய்வோம். அதுல அந்த 1991ல 1ஐ 7ஆக்கிடு வோம். 1997 ஆயிடும். ஆறு வருஷம் டயம் கிடைக்கும். அதுக்குள்ள ஒரு குழந்தை என்ன - ஒரு கண்மணிப் பூங்காவையே பெத்து தள்ளிட லாம்.

மாது : இந்த idea ஏற்கனவே நான் Try பண்ணி பார்த்தாச்சு. ரெண்டு நாள் முன்னாடி டைரியை படிச்சன்னிக்கே, இந்த மூதேவி உப்பிலியை விட்டு தாத்தாவுக்கு தெரியாம 1991ல 1ஐ 7ஆ மாத்திடுன்னேன்... மூதேவி 1ஐ 7ஆக்காம, மொதல் 1ஐ 7ஆக்கி 1991ஐ 7991 ஆக்கி தாத்தா கிட்ட தந்துடுத்து. தாத்தா, புரிஞ்சுகிட்டு, ஏண்டா மாது இதுல 7991னு யார் மாத்தினான்னு கேட்டார். இது இப்ப வந்து தாத்தா கவலைப்படாதீங்க, நீங்க இன்னும் 6000 வருஷம் கழிச்சுத்தான் சாவேள்ங்கறது.

குப்புசாமி : ஏண்டா உப்பிலி இப்படி அசடா இருக்கே? இப்படி இருந்தா உனக்கு எப்படிடா வேலை கிடைக்கும்?

மாது : மாமா, எனக்கு குழந்தை பொறக்கலேனா தாத்தா சாகறாரோ இல்லியோ - ஆனா சத்யமா உப்பிலிக்கு மட்டும் வேலை கிடைச்சுடுத்து, நாம அத்தனை பேரும் அதிர்ச்சில பூடுவோம்.

(ஜானகி, பூஜை தட்டுடன் கோவிலில் இருந்து வருகிறாள்.)

குப்புசாமி : எங்கம்மா போயிட்டு வர்றே?

ஜானகி : கோவிலுக்குப்பா -

மாது : நான்தான் போகச் சொன்னேன். அங்க ஒரு அரசமரம் இருக்கு - அதெ சுத்தி சுத்தி வந்தா, குழந்தை பொறக்குமாம்.

ஜானகி : ஏண்னா, நீங்க சுத்த சொன்னேளேன்னு சுத்தி னேன். அங்க ஒரு மாமி சொன்னா அது அரச மரம் இல்லையாம் - முருங்க மரமாம்!

மாது : விசாரிச்சுண்டு சுத்த வேணாமா?முருங்கை மரத்தை சுத்தினா வேதாளம்தான் பொறக்கும். ஏதோ ஒண்ணு அடுத்த வருஷத்துக்குள்ள பொறந்தா சரி.

ஜானகி : தாத்தாவைப் பாத்தாத்தான் பரிதாபமா இருக்கு.

எப்பப் பாரு டைரியை படிச்சுண்டே இருக்கார். அதுவும் அந்த ஏழாம் படைனு போட்டு, கேள்விக் குறி போட்டுருக்கே, அதை படிக்கறச்சே, 7ம் படையை, 7ம் பாடை, 7ம் பாடைன்னு படிக்கறார். எனக்கு பயமாயிருக்கு.

குப்புசாமி : அய்யய்யோ... ஏன் பயப்படறேள் மாப்பிள்ளை? அதான் ஒரு வருஷம் இருக்கே.

மாது : 12 மாசம்... எவ்வளவு வேகமாக பெத்தாலும் குழந்தை பொறக்க பத்து மாசம் வேணும் மாமா... அட, குறை பிரசவம்னு வச்சாலும் 9 மாசம்... மீதி, 2, 3 மாசம்தான் இருக்கு. அதுக்குள்ள ஜானகி கன்சீவ் ஆகணும்.

ஜானகி : ஆரம்பத்துலேயே சொன்னேன். குழந்தை இப்ப வாண்டாம், இப்ப வாண்டாம்னு தள்ளி போட் டேள். இப்ப பாருங்கோ, தாத்தா உசிருக்கே உலை வச்சுட்டேள்.

குப்புசாமி : மாப்பிள்ளை, 12 மாசத்துல குழந்தை பொறக் கணும், அவ்வளவு தானே? எங்கிட்ட விட்டு டுங்கோ.

மாது : மாமா எனக்கு பொறக்கணும்.

குப்புசாமி : மாப்பிள்ளை, நாளைக்கு ஆபீஸுக்கு லீவு போட்டுடுங்கோ.

மாது : ஆபீஸ் லீவு போட்டா, குழந்தை பொறக்குமா?

குப்புசாமி : ஐய்யோ, எங்க ஊர் சிங்க பெருமாள் கோவில் கிட்ட ஒரு கிராமம் இருக்கு. அங்க ஒரு சாமியார் இருக்கார். ரொம்ப சக்தி வாய்ந்த சாமியார். அரச மரத்தை 1000 தரம் சுத்தறதுக்கு பதிலா அவாள ஒரு தரம் பிரதக்ஷணமா சுத்தினா போதும், கை மேல் பலன்.

மாது : கை மேல் பலன்னா, விபூதி வரவழைச்சு தரா மாதிரி, குழந்தையை கைல வரவழைச்சு தருவாரா?

குப்புசாமி : Try பண்ணி பாத்துருவோம். ஜானகி நீயும்

வரணும். தம்பதி சமேதரா அவரை சுத்தி வரணும்.

மாது : பேர் என்ன?

குப்புசாமி : குப்புசாமி.

மாது : உங்க பேர் இல்லை - சாமியார் பேர் -

குப்புசாமி : குழந்தைசாமின்னு பேரு. பூர்வாசிரமத்துல பக்தர்கள் அவரை சுவாமி அமுலானந்தான்னு கூப்பிடுவாங்க.

மாது : அமுலானந்தாவா? அது என்ன? அமுலானந்தா? Farexசானந்தா?

குப்புசாமி : Ladies special மாதிரி அவர் Children's special. சாமியார் அமுலானந்தா. ஜானகி! நான் ஒரு list தர்றேன். அதெல்லாம் வாங்கிண்டு வந்துடு - சாமியாருக்கு காணிக்கை தரணும்.

ஜானகி : சரிப்பா.

மாது : என்ன லிஸ்ட்?

குப்புசாமி : அமுலானந்தாக்கு காணிக்கை - அவர் ஒண்ணும் சாப்பிடமாட்டார். டெய்லி காத்தால ஒரு பாட்டில் அமுல், ராத்திரி ஒரு பாட்டில் Farex - அதுக்கு மேல கம்பல் பண்ணி தந்தா கக்கிடுவார். அதுவும் பக்தர்கள் மடியில ஆசையா படுக்க வச்சு ஊட்டி விட்டாதான் சாப்பிடுவார்.

மாது : பேத்தலாயிருக்கே!

குப்புசாமி : ஜானகி! மறக்காம லாலிபாப் 1 டஜன் வாங்கிக்க. சில சமயம் நடுவுல லாலிபாப் சாப்பிடுவார். பெரிய சித்த புருஷர் மாப்பிள்ளை! பாலயோகி, பிறந்த 5வது மாசத்துலேயே சாமியாராயிட்டார். அன்னிலேந்து மௌன விரதம்தான்.

மாது : 5வது மாசத்துல மௌனவிரதமா? இல்லே பேச்சு வரதுக்கு முன்னாடியே இருந்து மௌனவிரதமா?

குப்புசாமி : அவர் பக்கத்துல ஒரு அரச மரம் இருக்கு - அதுல பலூன் கட்டி தொங்கவிடணும். ஜானகி! பலூன் ஒரு 10, 15 வாங்கிக்க.

மாது : பலூரனா?

குப்புசாமி : மாப்பிள்ளை! நான் விளையாடலே, நெஜமா சொல்றேன். அவரை சுத்தி பிரதட்சணமா வந்தா காளை கூட கன்னு போடும் - அவ்வளவு சக்தி!

மாது : எந்த ஊர்ல இருக்கார்?

குப்புசாமி : பேபியூர்.

மாது : பேபியூரா?

குப்புசாமி : பேபியூர் அமுலானந்தாள்.

மாது : என்னடாது அநியாயமா இருக்கு? குழந்தை பொறக்கறதுக்குன்னு தனியா ஒரு சாமியாரா?

குப்புசாமி : இப்ப, எல்லாத்துக்கும் சாமியார் வந்தாச்சு. வேலை கிடைக்காதவங்களுக்கு கூட, தனியா ஒரு சாமியார் இருந்தார். செங்கல்பட்டு தாண்டி போனா, வேலையூர்னு ஒரு கிராமம் வரும். அங்க சுவாமி ஜாமானந்தான்னு பேரு... Employment Exchangeல பதிவு பண்ணிட்டு, அவரை சுத்தி வந்து, காணிக்கையா மால் வெட்டினா, போதும் S.S.L.C Fail ஆனவனுக்கு கலெக்டர் உத்யோகம் கிடைக்கும்.

மாது : சுவாமி ஜாமானந்தாவா? பேசாம உப்பிலியை விட்டு அவரை சுத்த சொல்ல வேண்டியதுதானே?

குப்புசாமி : சுத்த சொன்னேன்.

மாது : என்ன ஆச்சு?

குப்புசாமி : அவருக்கு சாமியார் வேலை பூடுச்சு. இவன் சுத்தின வேளை, அவருக்கு சக்தி எல்லாம் போய் சாதாவாயிட்டார். நாளைக்கு நாம் பேபியூர் போறோம். Ok?

மாது : மாமா, நெஜமாகவே அமுலானந்தாவை சுத்தினா குழந்தை பொறக்குமா?

குப்புசாமி : மாப்பிள்ளை! உங்க கிட்ட ஏன் மறைக்கணும்? நான் அவரைச் சுத்தித்தான் உப்பிலி எனக்கு பொறந்தான்.

மாது : வேண்டாம்... மாமா, உப்பிலி மாதிரி ஒரு புள்ளை பொறக்கறதுக்கு பதிலா பேசாம தாத்தா போனா கூட தப்பில்லை.

காட்சி 4

இடம்: பேபியூர்

ஜானகி : ஏன்னா, இதான் பேபியூரா? ஆமாம், அது என்ன வரவழில ஒரே துணியா உலத்தியிருக்கு? வேஷ்டி சொக்கா புடவைன்னு...

மாது : Actualஆ இது நம்ம வண்ணாரப்பேட்டை மாதிரி லாண்டிரிக்காரங்க(வண்ணான்) துணி துவைச்சு உலத்தற இடம்... originalஆ இந்த ஊர்பேர் டோபியூர். அந்த சாமியார் வந்ததுலேந்து பேபியூர் ஆயிடுத்து. இந்த ஊரோட ஸ்தல புராணம் இதான். இந்த ஊருக்கு வரவங்க, அந்த RIVERல குளிச்சுட்டு துணியை தோய்க்கப் போட்டுட்டு சாமியாரை சுத்திட்டு போயிட்டா போதும், துணி தோச்சு இஸ்திரி போட்டு டெலிவரி தர்றதுக்குள்ள குழந்தை டெலிவரி ஆயிடும்.

ஜானகி : என்ன கண்றாவியோ? தலை சுத்தறது.

மாது : தலை சுத்தறதா? வாந்தி வரா மாதிரி இருக்கா? பரவாயில்லே, பேபியூர்வந்த வேளை உனக்கு தலைசுற்றல், வாந்தி வர ஆரம்பிச்சுடுத்தே...

ஜானகி : போதும், நீங்க சொல்றதை கேட்டு தலை சுத்தறதுன்னேன். எனக்கு நம்பிக்கையே இல்லை.

மாது : வாயை பொத்திண்டு பேசாம இரு... சுவாமி அமுலானந்தா அங்க உக்காண்டு இருக்கார். அவர் காதுல விழுந்து சபிச்சு வக்கப் போறார். வா, போய் சாமியார்கிட்ட நாம வேண்டிப்போம்.

ஜானகி : இருங்களேன். அப்பா வந்துடட்டும்.

மாது : உங்கப்பன் எதுக்குடி? நமக்குத்தானே குழந்தை வேணும். உங்கப்பனுக்கா... ஏற்கனவே பெத்த குழந்தை உப்பிலிக்கு வேலை கிடைச்ச பாடில்லை... வாடி, (போய்) சாமி, எம்பேர் மாது... இது என் wife ஜானகி... எனக்கு ரெண்டு வருஷமா குழந்தை பொறக்கலே.

அவர் : அப்படியா? எனக்கு இருபது வருஷமா குழந்தை பொறக்கலே... நானே அவசரப்படலை, நீங்க ஏன் அவசரப்படறேள்?

மாது : அமுலானந்தா...

அவர் : யோவ்! அமுலானந்தா நான் இல்லை. நானும் உன்னை மாதிரி ordinary ஆளுதான்.

மாது : எழவு... சீ, ஏன்யா, இப்படி சாமியார் வேஷத்துல வந்து குழப்பற?

அவர் : நான் சாமியார்தான். குழந்தை பொறக்காம வெறுத்து போய் சாமியாரா ஆயிட்டேன். இவரைப் பத்தி கேள்விப்பட்டேன். கடசீயா Try பண்ணி பாத்துருவோம். குழந்தை பொறந்தா சம்சாரி ஆயிடுவோம். இல்லை பழையபடி சாமியாராவே இருப்போம்னு...

மாது : உங்க wife.

அவர் : அவ சுமங்கலியா போய் சேர்ந்து பத்து வருஷமாச்சு.

மாது : அப்புறம் எப்படியா குழந்தை? என்ன கண்றாவியோ? வாடி... (குப்புசாமி Entry)

ஜானகி : நீ எங்கப்பா போய் தொலைஞ்சே?

மாது : சாமியாருக்கு வாங்கின லாலிபாப் எல்லாம் உங்கப்பன் பஸ்லே வரச்சே தின்னு தீத்துட்டார். அதான் போய் லாலிபாப் வாங்கிண்டு வரச் சொன்னேன்.

குப்புசாமி : இந்தாங்க மாப்பிள்ளை லாலிபாப்...

மாது : மாமா வாயை தொடச்சுக்குங்க - வாயெல்லாம்

கலர் கலரா லாலிபாப். ஜொள்ளு கொட்டறது. பாக்க அமுலானந்தா மாதிரி ஜொள்ளானந்தாவா இருக்கீர்.

குப்புசாமி : இந்தாங்க மாப்பிள்ளை பலூன். இதைத் தான் நீங்க கட்டித் தொங்கவிடணும்.

ஜானகி : என்னப்பா பலூன், ஊதலையா?

மாது : அது என்னமோடி பலூனை யாருக்கு குழந்தை பொறக்கணுமோ அவாளே ஊதி பெரி சாக்கணுமாம்... அப்பதான் அவாளுக்கு வயிறு பெரிசாயி பிரசவம் ஆகுமாம். நான் ஊதினா நீ பிரக்னென்ட்...

குப்புசாமி : பாத்து ஊதுங்க மாப்பிள்ளை... பலூன் வெடிச்ச துன்னா அபார்ஷனாம்.

மாது : அபசகுணம் மாதிரி பேசாதேள். குப்புசாமிக்கு பதிலா தப்புசாமின்னு பேர் வச்சுக்குங்க - வாயை தொறந்தா தப்பு தப்பாவே பேசறேள்.

ஜானகி : எதுக்காக இவ்வளவு பலூன் கலர் கலரா? நமக்கு ஒரு குழந்தை தானே வேணும்?

மாது : அதுலேந்து சாமி ஒரு கலர் பலூனை select பண்ணுவார். சிகப்பு கலர் பலூனை select பண்ணா ஆண் குழந்தை, பச்சை கலர்னா பெண் குழந்தை.

குப்புசாமி : நீல கலர்?

மாது : Twins - ரெட்டை. இது என்ன மஞ்சள் கலர்ல பலூன்?

குப்புசாமி : சாமிகிட்ட உப்பிலிக்கு வேலை கிடைக்கணும்னு வேண்டிகிட்டு நான் ஒரு பலூனை ஊதப் போ றேன்.

மாது : மாமா, உப்பிலிக்கு இந்த ஜென்மத்துல வேலை கிடைக்காது. பேசாம 100, 150 பலூன் வாங்கிண்டு போங்க. உப்பிலியை தெருத்தெருவா போய் பலூனை விக்கச் சொல்லுங்க... அவன்

S.S.L.C மார்க்கை பார்த்தேன். எல்லாம் பலூன் பலூனா இருக்கு.

குப்புசாமி : மாப்பிள்ளை சாமி அமுலானந்தா வரார். (அமுலானந்தா with Transistor Entry - பாட்டு அஞ்சலி அஞ்சலி அஞ்சலி... போய் அமர்ந்து கொள்கிறார்)

ஜானகி : என்னன்னா டேப்ரிக்கார்டர்ல பாட்டெல்லாம் கேட்டுண்டு போறார்? ஆமாம், ஏன் சாமி இப்படி மரத்தடியில இருக்கார்? அழகா கோவில் மாதிரி கட்டிண்டு உக்காரலாமே?

மாது : அவருக்கெதுக்கடி கோவில் பிரகாரம் எல்லாம்? அவர்தான் எல்லாம். அவரை சுத்தினா உடனே கர்ப்பம் - அவர்தான் கர்ப்பகிரகம்.

மாது : (மாது அவரிடம் போய்...) சாமி... என்பேர் மாது இது என் Wife ஜானகி.

அமுலா : சாரி, நான் எதுவுமே பேசமாட்டேன் - ஏன்னா நான் இன்னிக்கு மௌனவிரதத்துல இருக்கேன். மௌன விரதத்துல நான் இருக்கிறதாலே பேசக்கூடாது. அதனாலதான் நான் பேசலை. என்னடா பேசலையேனு பாக்கறீங்க. Please நான் இப்ப மௌன விரதத்துல இருக்கேன்.

குப்புசாமி : சாமி please எங்களுக்காக நீங்க மௌனவிரதத்தை கலையுங்களேன்.

அமுலா : எப்படிப்பா? நான் மௌனவிரதம்னு முடிவு பண்ணிட்டா பேசவே மாட்டேன். முடிவு பண்ணின மௌன விரதத்தை எப்படி கலைக்கறது? கருவை கூட கலைச்சுடலாம். மௌன விரதத்தை எப்படிப்பா கலைக்கறது? நான் எப்படிப்பா பேசறது?

மாது : இப்ப பேசினீங்களே அந்த மாதிரி பேசினா கூட போதும் - ஒரேயடியா உங்க மௌன விரதத்தை கலைக்க வேணாம். இப்ப கலைச்சபடி கலைச்சா கூட போதும். நீங்க பேசுவீங்கன்னு நம்பி

வந்துருக்கோம். நீங்க இப்படி பேச மாட்டேன்னு விடாப்பிடியா பேசிண்டே போனா எப்படி?

அமுலா : ஏன்பா உயிரை வாங்கறீங்க... உங்களை மாதிரி ஆசாமிங்க உபத்திரவம் தாங்காம வெறுத்துப்போய் சாமியாரா வந்து உக்காண்டா இங்கயும் வந்து உயிரை வாங்கறீங்களே?

மாது : சாமி, என் பேர் மாது, M.A.படிச்சு இருக்கேன். ஒரு பெரிய கம்பெனியில் மானேஜரா இருக்கேன். இரண்டு வருஷமா குழந்தை இல்லை.

அமுலா : உனக்கு குழந்தை மட்டுமா இல்லை? மூளையும் இல்லை!

மாது : சாமி...

அமுலா : M.A. படிச்சுருக்க... மானேஜரா இருக்க... குழந்தை இல்லேன்னு சாமியார் பண்டாரம்னு சுத்தறீயே, வெட்கமா இல்லை. போய் நல்ல டாக்டரா பார்த்து Consult பண்ணுய்யா.

மாது : சாமி அமுலானந்தாவா இப்படி பேசறார்... உங்களை சுத்தினா குழந்தை பொறக்கும்னாங்க.

அமுலா : யார் சொன்னாங்க?

மாது : ஊரே சொல்லுது.

அமுலா : நான் சொன்னேனா? for your information நானும் உன்னை மாதிரி சம்சாரிதான். Wife ஊர்லே இருக்கா. எனக்கே குழந்தை கிடையாது. என்னை நானே பல தடவை சுத்தி பாத்துட்டேன். தலைசுத்தி விழுந்ததுதான் மிச்சம்.

மாது : என்ன மாமா அமுலானந்தா உல்டா அடிக்கறார்?

அமுலா : கேளு... நீ M.A. நான் M.B.B.S... டாக்டர் படிச்சவன். Child Specialist Clinic ஊர்லே வெச்சேன். ஈ காக்கா கூட வரலை. பொழப்பு தான் சரியா நடக்கலைன்னு பார்த்தா எனக்கு குழந்தை பொறக்காம Familyலயும் விரக்தி... அதான் வெறுத்துப் போய் இங்க வந்து சாமியாரா உக்காண்டுட்டேன்.

மாது : உங்களை சுத்தி வந்தா குழந்தை பொறக்கு னாங்களே?

சாமி : யோவ்... பொண்டாட்டியை சுத்தி சுத்தி வாய்யா... குழந்தை அப்பதான் பொறக்கும்... ஆரம்பத்துல எவனோ கிராமத்தான் கபோதிப் பய என்னை கும்பிட்டு போயிருக்கான். அத்தனை நாள் பிரக்னென்ட் ஆகாத அவன் Wife பிரக்னென்ட் ஆயிருக்கா... இந்த News பரவி கும்பல் கூட ஆரம்பிச்சுடுத்து. அக்கம்பக்கம் கிராமத்துலேந்து ஆளுங்க வர ஆரம்பிச்சுட்டாங்க.

மாது : இதை ஏன் நீங்க வரவங்க கிட்ட சொல்லக்கூடாது?

சாமி : சாமியாரா வந்துட்டேன். சோத்துக்கு என்ன பண்றது? அவனவன் ஏதோ காணிக்கைன்னு தர்றான். பொழப்பு நடக்குது. இங்க கட்டற பலூன்லாம் என் சிஷ்யன் சந்தைல வித்து துட்டாக்குவான். அமுல், farex - Baby foodலாம் வித்துடுவோம். தோ பார். பார்த்தா படிச்ச வனா தெரிஞ்சே. அதான் சொன்னேன். But இதெ வெளில சொல்லி என் பொழப்பை கெடுத்துடாதே. தோ பார், அங்க ஒரு கிராமத்தான் நிக்கறான் - அவன் கிட்ட சொல்லிடாதே. என்னை நம்பி துட்டெல்லாம் அந்த கபோதி கொண்டு வந்து இருப்பான்.

மாது : அது கிராமத்தான் இல்லை. என்னோட மாமனார்... என்னை இங்க வரச் சொன்னதே அந்த கபோதிதான்.

அமுலா : இந்தா...

மாது : என்னது?

அமுலா : விஸிட்டிங் கார்டு... என்னோட Twin பிரதர்... ஒருத்தன் Madras ல Clinic வச்சுருக்கான். நானும் அவனும் ரெட்டை. நல்ல கைராசிக்கார டாக்டர். என் பிரதரைப் போய் பாரு. குழந்தை பொறக்க வழி செய்வான்.

மாது : உங்க பிரதருக்கு பிஸ்னஸ் பிடிச்சு தரதே நீங்க தானோ? (படித்து) உங்க பிரதர் லேடி டாக்டரா?

அமுலா : பிரதர்ங்கறேன் லேடி டாக்டராங்கறியே...

மாது : டாக்டர் ரமாமணினு எழுதிருக்கே - அதான் குழம்பிட்டேன் - என்ன பேரோ! குழந்தைக்காக இன்னும் யாரையெல்லாம் பாத்து தொலைக் கணுமோ... வரேங்க அமுலானந்தா... இன்னும் என்ன அமுலானந்தா? இவரும் நம்மளை மாதிரி தானே... வரேண்டா அமுல்.

ஜானகி : இந்த லாலிபாப்பெல்லாம் என்ன பண்ணறது?

அமுலா : அதெ கொடுத்துட்டு போங்க... காலையில இருந்து ஒரு பய வரலை... நாஷ்டாவே தின்னுல... கொலை பட்டினி.

குப்புசாமி : என்ன மாப்பிள்ளை, சாமியார் என்ன சொல்றார்? உங்களுக்கு குழந்தை பொறக்குமா...

மாது : ம்... கோட்டான் பொறக்கும்னார். வெறுப் பேத்தறீங்க மாமா...

ஜானகி : போலாம் வாங்க.

மாது : ஒரு நிமிஷம், அங்க யாரோ கிராமத்தான் வர்றான். என்னதான் பண்ணறான்னு பார்ப்போம்.

ஜானகி : எழவு, இதெ என்ன பார்வை?

(சீனாதானா - மைதிலி entry)

சீனாதானா : ஏவே... சாமிய பாத்தீங்களா?

மாது : பாத்தாச்சு... நீங்க போலாம்.

சீனாதானா : அவுக பேசராறுகளா?

மாது : ம்... நெறைய...

சீனாதானா : நெறைய பேசினாரா? புள்ளை, சாமி பேசி னாராம்... அப்ப மௌனவிரதம்னு சொல்லுங்க... புள்ளை நம்ம அதிர்ஷ்டம் சாமி மௌன விரதத்துல இருக்காராலே! நெறைய பேசுவார்! வா புள்ளை, சுருக்க... ஏம் புள்ளை, பலூன் பத்திரமா வச்சுருக்கியா?

மைதிலி : இருக்குங்க... ஏங்க இந்த கோலிபாப் நம்ம கிராமத்துல கிடைக்கல. சாமிக்கு கோலிபாப் தானே குடுப்பாக...

மாது : அது கோலிபாப் இல்லை புள்ளை, லாலிபாப்...

சீனாதானா : இப்ப என்ன பண்றது? ஏம்புள்ளை, நம்மகிட்ட கடலை உருண்டை தானே இருக்கு?

மாது : பரவாயில்லே, கடலை உருண்டையை குச்சில குத்தி லாலிபாப் மாதிரி குடுங்க... தப்பில்லை.

சீனாதானா : ஏங்க, குச்சில குத்தி கடலை உருண்டை தரலாமா? என்ன புள்ளை சொல்றார்?

மாது : சாமிக்கு இப்ப இருக்கற பசிக்கு அந்த குச்சியை கொடுத்தா கூட துன்னும், போங்க.

சீனாதானா : வா புள்ளை.

(இருவரும் போக...)

குப்புசாமி : மாப்பிள்ளை எனக்கொரு டவுட்டு. இவனுக்கு தான் புள்ளை இருக்கே, எதுக்கு புள்ளை வேணும்னு சாமிகிட்ட வேண்டிக்க வந்துருக்கான்?

மாது : எங்க புள்ளை?

குப்புசாமி : அதான் அவன் கூட போறாளே - புள்ளை புள்ளைனு வாய்க்குவாய் கூப்பிடறானே?

மாது : கண்றாவி! அது அவன் wife மாமா. கிராமத்துக் காரங்க சம்சாரத்தை செல்லமா புள்ளைனு கூப்பிடுவாங்க... (ஜானகியை பார்த்து) என்ன புள்ளை... உங்க நயினா இப்படி மப்பா இருக்காக?

ஜானகி : சரி வாங்கோ... நாம போகலாம்...

மாது : பாவம். சாமி அமுலானந்தாவை சுத்தினா புள்ளை பொறக்கும்னு வந்துருக்கார். சாமி சாதாரண ஆசாமின்னு தெரியாது. என்ன இவன் சாமியை அப்பிரதட்சிணமா தலைகீழா சுத்தறான். சாதாரணமா பிரதட்சிணமா தானே

சுத்துவாங்க... (சீனாதானா பலூன் குடுக்க, சாமி அதை உடைக்க...) அய்யய்யோ, என்னது இது, பலூனை கட்டி தொங்கத் தானே விடணும்? உடைச்சுட்டார் பலூனை... எல்லாம் உல்டாவா பண்ணறான்... (சாமி எழுந்து உள்ளே போக)

ஜானகி : யாரோ என்னவோ பண்ணிட்டுப் போறா? இதை என்ன வேடிக்கை? வாங்க போகலாம்.

மாது : இருடி, விசாரிச்சுட்டு வரலாம். ஜானகி! நீதான் அவகிட்ட போய் விசாரியேன். அப்பிரதட்ச ணமா ஏன் சுத்தறா, பலூனை ஏன் உடைச் சான்னு, அப்படி என்ன வேண்டுதல்னு.

ஜானகி : எதுக்குன்னா?

மாது : அய்யோ, பலூனை அவள் ஏன் உடைச்சாங்கறது தெரிஞ்சுக்கலேன்னா என் மண்டை உடைஞ்சுடும் போல இருக்கு. சஸ்பென்ஸ் தாங்கலை, Please கேளுடி.

சீனாதானா : வரட்டுங்களா? வா புள்ளை...

மாது : ஒரு நிமிஷம், நம்ம புள்ளை உங்க புள்ளைகிட்ட ஏதோ கேட்கணுமாம்.

குப்புசாமி : மாப்பிள்ளை...

மாது : நீ சும்மா இரு புள்ள, நீ கேளு புள்ளை...

சீனாதானா : என்ன புள்ளை, கேளு.

ஜானகி : ஏம்மா. சாதரணமா சாமியை பிரதட்சிணமா தானே சுத்தி வருவாங்க. நீங்க ஏன் தலைகீழா சுத்தினீங்க?

சீனாதானா : தலைகீழாவா? இல்லையே? நேரா தானே சுத்தி னோம்.

மாது : அது இல்லீங்க... இப்படி வல, இடமா தானே சுத்தணும்? நீங்க ஏன் இடவலமா சுத்தினீங்க?

ஜானகி : பலூனை கட்டி தொங்கவிடாம உடைச்சுட்டீங்க, ஏன்?

மைதிலி : போங்க வெட்கமாயிருக்கு.

சீனாதானா : என்ன வெட்கங்கறதெ சொல்லு.

மாது : சரி, நீங்கதான் சொல்லுங்களேன்.

சீனாதானா : அது போங்க... வெக்கமா இருக்கு.

குப்புசாமி : மாப்பிள்ளை நமக்கு நெறைய வேலை இருக்கு- யாரோ ஒரு கிராமத்தான் வெக்கப்படறதை பாக்கவா எழவு இங்க வந்தோம்.

மாது : இருங்க மாமா, சொல்லுங்க - ஏன் தலைகீழா அப்ரதட்சிணமா பண்ணி, பலூனை உடைச்சீங்க? அப்படி என்ன வேண்டுதல்?

சீனாதானா : சத்யமா யார்கிட்டேயும் சொல்ல மாட்டீங்களே?

மாது : தலைல அடிச்சு வேணா சத்யம் பண்றேன் போறுமா?

சீனாதானா : சரி, பாக்க பெரியவரா இருக்காக - அவுக தலைல அடிச்சு சத்யம் பண்ணுங்க.

குப்புசாமி : யோவ், என்ன விளையாடறியா!

சீனாதனா : அது ஒண்ணுமில்லீங்க... குழந்தை வேண்டாம்னு வேண்டிகிட்டு அப்படி செஞ்சேன்.

மாது : குழந்தை வாணாம்னா இது என்ன புது வேண்டுதல்?

சீனாதானா : வேண்டுதலே இனிமேதான் வரதுவே. இனிமே குழந்தை வாண்டாம்னு நாங்க வேண்டிகிட் டோம்.

மாது : இனிமே குழந்தை வேண்டாம்னா! புரியலையே!

சீனாதானா : எனக்கு மொத்தம் 16 புள்ளைங்க - சொல்லேன் புள்ளை.

மாது : 16 புள்ளைங்களா? அப்ப இவளையும் சேத்து 17ஆ? 17 wife இருந்துமா குழந்தை வேண்டாம் கற?

சீனாதானா : அய்யோ wife 17 இல்லீங்க. இந்த புள்ள தான் என் wife. இவளுக்கு 16 புள்ளைங்க...

மைதிலி : இவளுக்கென்ன இவளுக்கு? நமக்கு 16 புள்ளைங்கன்னு சொல்லுங்க...

சீனாதானா : சரிவே உனக்கு 8 புள்ளை, எனக்கு 8 புள்ளை, திருப்தியா?

மாது : என்னங்க 16 பெத்துட்டு திருப்தியானு வேற கேக்கறீர்?

சீனாதானா : பின்ன என்னங்க? 16 புள்ளை பெத்துதே அத்தை ஒழுங்க பெக்கக் கூடாது? 16 புள்ளைங்கள்ள 5 தாங்க புள்ளை. மீதி 11ம் இது மாதிரி புள்ளை.

குப்புசாமி : என்ன மாப்பிள்ளை, இந்த புள்ளை விளையாட்டு லேசுல முடியாது போலருக்கு.

சீனாதானா : 16 புள்ளைங்கள்ள 5 தாங்க ஆம்பளை புள்ளைங்க, மீதி 11ம் பொட்டை.

குப்புசாமி : பொட்டையா? எப்படி பிறவியிலேயே குருடா?

ஜானகி : அய்யோ அப்பா, 5 ஆம்பளை 11 பொம்பளை குழந்தைங்கறா - என்னம்மா கரெக்டா?

மைதிலி : உளர்றாருங்க. 7 ஆம்பளை 4 பொம்பளை.

சீனாதானா : என்னடி உளர்றே? எப்படிடி 7 ஆம்பளை? போன வருஷம் பெத்த ரெட்டை குழந்தைல ஒண்ணு பொட்டை குழந்தை இல்லியா! மறந்துட்டியா?

மைதிலி : சரி, அதுக்கு முந்தின வருஷத்துக்கு முந்தின வருஷம் பொறந்த ரெட்டைல 2ம் ஆம்பளை புள்ளை தானே? அதெ நீங்க மறந்துட்டீங்களா?

மாது : என்ன கண்றாவி இது? உங்களுக்கே குழப்பம் வர அளவுக்கு பெத்து வச்சிருக்கீங்களா? ஏன்யா இரண்டு குழந்தைகளுக்கு இடையே போதிய இடைவெளி கொடுக்க சொல்றாங்களே- கேள்விப்பட்டதில்லையா?

சீனாதானா : ஏன் கேள்விப்படாம? அதான் கொடுத்துருக் கோமே இரண்டு குழந்தைகளுக்கு இடையே இடைவெளி... 87ல ரெண்டு ரெட்டை குழந்தைங்க, அப்பால 89ல தானே ரெண்டு. 88ல ஒத்தை தானே?

மாது : யோவ்! நான் சொல்றது ரெட்டை குழந்தைகளுக்கு இடைவெளி இல்லையா? இரண்டு குழந்தை

களுக்கு இடையே இடைவெளி... நீ கொடுத்து இருக்கறது இடைவெளி இல்லை. ரெட்டை குழந்தைகளுக்கு இடையே ஒரு வருஷம் இடை வேளை, Interval. இடைவேளைக்கப்பறம் மறுபடி ரெட்டை.... சரி, இந்த வருஷம் க்ளைமாக்ஸ் எப்படி? என்ன வெக்கப்படற? (சீனாதானா மூன்று விரல் காட்ட...) மூணா?

சீனாதானா : மூணும் சேந்து பொறந்தா Englishல என்ன சொல்வாங்க?

மாது : வாய்க்கு வந்ததெல்லாம் சொல்வாங்க. அநி யாயமா இருக்கு. சந்தான புத்திர லட்சுமி. பேஷ்... கரெக்டாதான் வச்சிருக்கீங்க... ஆமாம், அது யார் அப்பச்சி?

சீனாதானா : அப்பச்சி தெரியாதுங்களா? இவக யாரு?

ஜானகி : எங்கப்பா...

சீனாதானா : இவுக உங்களுக்கு அப்பச்சி.

மாது : ஓ, அப்பாவை அப்பச்சிம்பீங்களா? இவர் பேர் குப்புசாமி... ஜானகி! நீ வேணா இவரை இனிமே குப்பச்சினு கூப்பிடு. உங்க பேரை சொல்லலையே?

சீனாதானா : எம்பேரு சீனு தம்பிங்க.

மாது : அது ஏன் சீனுதம்பி? சீனு O.K. சீனுதம்பி எப்படி?

சீனாதானா : போங்க, வெக்கமாயிருக்கு.

மாது : இவன் ஒருத்தன்தான்யா எதுக்கெடுத்தாலும் வெக்கப்படறான். நீ வெட்கப்பட்டாலே பயமா இருக்கு.

சீனாதானா : என் பேரு சீனுதான். ஆனா எங்க அப்பச் சிக்கு மொத்தம் 16 புள்ளைங்க. 10 ஆம்பளை, 6 பொம்பளை. நான் கடைக்குட்டி. அதான் சீனு தம்பி.

மாது : உங்கப்பச்சிக்கு 16 புள்ளைங்களா? என்ன சந்தான புத்திர லட்சுமிக்கு கூட பொறந்தவங்க 16 பேரா?

சீனாதானா : எப்படி கண்டுபிடிச்சீங்க?

மாது : அதான் வெக்கப்படறாங்களே! நீங்க ரெண்டு பேர் படற வெக்கத்துக்கே 16 பெத்தீங்களே! வெக்கம் மட்டும் படாம இருந்தீங்கன்னா யோசிச்சு பாக்க முடியலே சீனுதம்பி.

சீனாதானா : என்னை சீனு தம்பினு கூப்பிடாதீங்க. சீனாதானான்னு கூப்பிடுங்க.

மாது : சீனாதானாவா?

சீனாதானா : ஆமாங்க, எங்க பரம்பரைல அப்படிதான் வழக்கம். எங்கப்பச்சி பேர் முத்து கருப்பன். முனாகனாம்பாங்க... இவ அப்பச்சி பேர் அருணாசலம்... அனாரூனா... என்பேர் சீனுதம்பி-சீனாதானா... உங்க பேர்?

மாது : மானாதுனா... மாது... இவர் என் மாமனார் குப்புசாமி... இது என் புள்ளை ஜானகி!

மைதிலி : அதெ சொல்லுங்க.

சீனா : அது ஒண்ணுமில்லே. இவ பேரு, சந்தான புத்திர லட்சுமி. நான் தனியா இருக்கறச்சே செல்லமா மைதிலி ஆச்சின்னு இவளை ஆசையா கூப்பிடு வேன்.

மாது : வேணாம்யா... இனிமேயாவது ஆசையா கூப்பிடறதை நிப்பாட்டிக்க... மைதிலி ஆச்சியா? 16 பெத்துருக்கீயே... இப்ப நீ சீனாதானா இல்லை. ஏனோதானா... அதான் 16 பெத்திச்சி... அப்புறம் என்ன ஆச்சி?

சீனு : நான்தான் ஆச்சி ஆச்சிங்கறேன். இவ ஆவலே ஆவலேன்னு பெத்துக்கறா. நீங்க எதுக்கு சாமியை பாக்க வந்தீங்க?

மாது : 16 புள்ளை பெத்த உன்னை மாதிரி நீ ஒருத்தன் இருக்கேன்னு தெரிஞ்சிருந்தா நான் இங்க வந்தே இருக்க மாட்டேன்... நேரா உங்க ஊருக்கு வந்து உன்னையும் உன் wifeயையும் நாங்க சுத்தி

இருப்போம். கல்யாணமாயி ரெண்டு வருஷமா குழந்தை இல்லை எங்களுக்கு.

சீனாதானா : அப்ப ரெண்டு வருஷத்துக்கு முன்னால இருந்ததா?

மாது : யோவ்! இரண்டு வருஷமாச்சு. இன்னும் குழந்தை பொறக்கலைன்னு சொல்ல வந்தேன்.

சீனாதானா : எனக்கு கல்யாணமாயி மொத்தம் ரெண்டு வருஷம் தான் குழந்தை இல்லை. அடுத்து பத்து வருஷத்துல 16 குழந்தைங்க... 16 புள்ளைங் களுக்கு சோறு போடறதே கஷ்டமாயிருக்கு.

மாது : என்ன வேலை பாக்கறே?

சீனாதானா : விவசாயம் பாக்கறேன். வயல்ல வேலை பாக்க றேன்.

குப்புசாமி : இவனுக்குக் கூட வேலை கிடைச்சுடுச்சு. உப்பிலிக்குத்தான் கிடைக்கலே.

மாது : விவசாயம் பாக்கறீயே... அரிசி வித்தா நல்ல துட்டாச்சே?

சீனாதானா : பாக்கற விவசாயம் புள்ளைங்களுக்கு சோறு போடவே சரியாயிருக்கு. வெளையற நெல் அத்தனையும் வூட்டுல பயலுகளுக்கு சோத்துக்கே போதலை. வயலும் வாழ்வும் மாதிரி நம்ம case வயலும் பயலும்.

ஜானகி : உங்க ஊர் எதும்மா?

மைதிலி : சிங்கபெருமாள் கோவில்கிட்ட இருக்கு.

ஜானகி : எங்கப்பா ஊர் அங்கதான், நான் உன்னை பார்த்ததே இல்லையே?

சீனாதானா : எங்க வெளில வந்தா தானே? இவ வீடுவிட்டா பிரசவ ஆஸ்பத்திரி... எங்க பாக்கறது? உங்க ளுக்குக் கல்யாணமாயி ரெண்டு வருஷம் தானே ஆவுது? அதுக்குள்ள ஏன் குழந்தைக்கு அவசரப் படறீங்க?

மாது : அது ஒரு பெரிய கதை.

குப்புசாமி : சீனாதானா, இவங்க தாத்தாக்கு - தாத்தாக்கு என்ன - அப்பச்சிக்கு - அப்பச்சிகிட்ட ஒரு டைரி இருக்கு.

மாது : சீனாதானாவுக்கு இதெல்லாம் தேவையா? அப்ப வரட்டுமா சீனாதானா... சிங்கபெருமாள் கோவில் வந்தா உன்னை மறுபடியும் meet பண்றேன்.

சீனாதானா : நானும் பட்டணம் வந்தா உங்களைப் பாக்கறேன். ஏங்க பட்டணத்துல நீங்க நமக்கு எதான வேலை இருந்தா சொல்லுங்களேன். 16 குழந்தைங்களை காப்பாத்தறது கஷ்டமா இருக்கு. நான் 16 புள்ளை பெத்து குசேலர். நீங்க வசதியா இருக்கீங்க. வேணும்னா சொல்லுங்க. பிடி அவலோட பாக்கவரேன் - help பண்ணுங்க.

மாது : இந்தா என் visiting card. Madras வந்தா என்னை பாரு. முடிஞ்ச Help பண்றேன். வாடி...

சீனாதானா : ரொம்ப டான்ங்ஸ்ங்க... புள்ளை, அய்யாவை கும்பிட்டுக்க.

ஜானகி : வர்றேங்க, வரேன் மைதிலி.

(Exit)

மைதிலி : என்னது அது?

சீனாதானா : விஜிடின் கார்டு - அவர் பேர் என்ன சொன்னாரு புள்ளை?

மைதிலி : மாது.

சீனாதானா : என்னது இதுல டாக்டர் ரமாமணின்னு எழுதி இருக்கு?

காட்சி 5

இடம்: டாக்டர் ரமாமணி கிளினிக்

(மெடிக்கல் ரெப்ரசெண்டேடிவ் மருதநாயகம் Entry)

மருதநாயகம் : சார் சார், டாக்டர் ரமாமணி கிளினிக் இதானே?

கம்பௌண்டர்: டாக்டர் ரமாமணி கிளினிக் இதேதான்.

மருதநாயகம் : நான் ஒரு மெடிகல் ரெப்ரஸெண்டேடிவ்.

கம்பௌண்டர்: தெரியும். நீ மெடிகல் ரெப்ரஸெண்டேடிவ். உம்பேர் மருதநாயகம்.

மருதநாயகம் : எம்பேர் மருதநாயகம்னு உனக்கு யார் சொன்னா?

கம்பௌண்டர்: நீ தான்யா சொன்னே. ஏன்யா தாலிய அறுக்கற? காலையில 7 :30 மணிக்கு கடைசீயா வந்தீயா? அப்ப தான் சொன்னே உம் பேரை. என்ன இப்படியொரு ஞாபக மறதி கேஸ்ஸா இருக்கீயே? உனக்கு மருதநாயகம்ங்கறதுக்கு பதிலா மறதி நாயகம்னு பேர்வச்சிருக்கலாம்.

மருதநாயகம் : டாக்டர் மணிரமா வந்துட்டாரா?

கம்பௌண்டர்: யோவ், அவர் மணிரமா இல்லையா-ரமா மணி -7:30 மணிக்கு வந்தீயே. அப்ப என்ன சொன் னேன்? டாக்டர் வர 1/2 Hour ஆகும்னு சொல்லலை. இப்படி பத்து நிமிஷத்துல வந்து நின்னு பேஜார் பண்றீயே.

மருதநாயகம் : பொய் சொல்லாதே. டாக்டர் ரமாமணி புடவை கட்டிண்டு மாறு வேஷத்துல கார்ல ஏறிப் போனார். நான் பாத்தேன்.

கம்பௌண்டர்: அது டாக்டர் ரமாமணியோட wifeயா -அவங்களும் டாக்டர்.

மருதநாயகம் : லேடி டாக்டரா? அவங்க இருக்காங்களா?

கம்பௌண்டர்: அவங்க உள்ளே இருக்காங்க; உன்னை மாதிரி ரெப்ரஸெண்டேடிவ்லாம் டாக்டர் ரமாமணி தான் பார்ப்பார்.

மருதநாயகம் : சரி, அப்ப நான் போயிட்டு வந்துடறேன். உங்க டாக்டர் ரமணி மாமா வந்தா நான் வந்ததா சொல்லு.

கம்பௌண்டர்: ரமணி மாமா இல்லையா - ரமாமணி.

மருதநாயகம் : அப்பப்பா, என்ன வெயில், ஒரு டம்ளர் ஜலம் தர்ரீயா?

கம்பௌண்டர்: ஏன் இந்த வெயில்ல கோட்டை போட்டுண்டு அல்லாடற - அத்தை கழட்டு.

மருதநாயகம் : அதுவும் கரெக்ட். (கோட்டை கழட்ட, உள்ளே பனியன்) ஞாபக மறதியா shirt போட்டுக்க மறந்துட்டேன். பனியனோட வந்துட்டேன்.

கம்பௌண்டர்: அதெயும் சரியா போட்டுக்கலை. தலைகீழா போட்டுண்டுருக்க.

மருதநாயகம் : ஏம்பா, டாக்டர் இல்லேன்னு பொய் தானே சொன்னே - அவர் coat இருக்குல்ல?

கம்பௌண்டர்: அவர் coat எப்பவும் கிளினிக்ல வச்சுட்டுத் தான்யா போவார்.

மருதநாயகம் : சரி, நான் போயிட்டு வர்றேன். நான் எங்க போயிட்டு வரதா சொன்னேன்?

கம்பௌண்டர்: நீ ஒண்ணும் சொல்லலை.

மருதநாயகம் : எங்கயோ போயிட்டு வரதா இருந்தேனே ஆ... பக்கத்து தெரு பல் டாக்டர் பரமசிவத்தை பாத்துட்டு வர்றேன்.

கம்பௌண்டர்: அவர் பல் டாக்டர் இல்லையா... கண் டாக்டர் பரமசிவம்.

மருதநாயகம் : தெரியும்யா, அவருக்கு முன் பல் ரெண்டு எடுப்பா இருக்கும். அதான் பல் டாக்டர்னு கிண்டலா சொல்வாங்க.

கம்பௌண்டர்: இரு, தாகமா இருக்குன்னு தண்ணி கேட்டியே, அத்தையே மறந்துட்டியா!

(பெண்குரல் ஒன்று கேட்கிறது)

கம்பௌண்டர்: வரேன் மேடம். ஒரு நிமிஷம். டாக்டரம்மா கூப்பிடறாங்க.

மருதநாயகம் : டாக்டர் அம்மாவா? டாக்டர் wife தானே அப்ப...

கம்பௌண்டர்: லூசு, குழப்பாத.... அந்த ஜக்குல தண்ணி இருக்கு- டம்ளர்ல ஊத்தி குடிச்சுட்டு, போயிட்டு அப்புறமா வா.

(Exit)

மருதநாயகம் : சரி, அப்ப நான் கிளம்பறேன்.

(டாக்டர் coatஐ போட்டுக்கொண்டு தன்னுடைய Bagக்கு பதிலாக Jugஐ எடுத்துச் செல்கிறான்; டாக்டர் ரமாமணி Entry)

ரமாமணி : கம்பௌண்டர்.

கம்பௌண்டர்: Good Morning டாக்டர்.

ரமாமணி : என்ன தேடிண்டு யாரான வந்தாங்களா?

கம்பௌண்டர்: மெடிக்கல் ரெப்ரஸெண்டேடிவ் மருதநாயகம்னு ஒரு ஆள் வந்தார்.

ரமாமணி : எது...அந்த ஞாபக மறதி கேஸா? சரியான அறுவை... ஒரு வாட்டி என்னை பிடிச்சு போரடிச்சுட்டு போறச்சே, தன்னோட பேனாவை இங்க விட்டுட்டு அதுக்கு பதிலா ஞாபக மறதியா Injection Tubeஐ எடுத்து சொக்கால குத்தி சொருகி எடுத்துண்டு போயிட்டான். Patients யாரும் வரலையா?

கம்பௌண்டர்: இல்லீங்க.

ரமாமணி : அம்மா வந்தாச்சா...

கம்பௌண்டர்: உள்ளே இருக்காங்க.

ரமாமணி : யாராவது patients வந்தா, அந்த டைரில Particulars எழுதிட்டு போக சொல்லு - நான் பக்கத்துத் தெரு டாக்டர் பரமசிவத்தை பாத்துட்டு வந்துடறேன். அங்க ஒரு patientக்கு Local அனஸ்திஷியா கொடுக்கணுமாம். என் coatஐ எடு - என்னய்யா இது? வெள்ளை கோட்டு கருப்பாயிடுத்து?

கம்பௌண்டர்: அய்யய்யோ... அந்த லூசு மருதநாயகம் உங்க coatஐ தன்னதுன்னு போட்டுகினு போயிட்டார். Water Jugஐ வேற காணும். என்ன இந்த மருதநாயகம் இப்படி சூறையாடறான்?

ரமாமணி : சரி, என் பொட்டியை எடு, டயமாச்சு.

(மருதநாயகத்தின் பெட்டி தர)

டாக்டர் : என்ன பொட்டி கனமா இருக்கு? சரி, நான் போயிட்டு 1/2 Hourல வந்துடறேன்.

(Exit)

கம்பௌண்டர்: இந்த Bagஐ எங்கேயோ பாத்த மாதிரி இருக்கே... சே... இந்த மருதநாயகம் பயலோட பேசி பேசி நமக்கே ஞாபக மறதி ஜாஸ்தியா ஆயிடுத்து.

(மாது ஜானகி Entry)

மாது : டாக்டர் ரமாமணி இருக்காரா!

கம்பௌண்டர்: வாங்க, இப்படி உட்காருங்க. அவர் இல்லை. கொஞ்சம் wait பண்ணுங்க.

மாது : இல்லை, நாங்க போயிட்டு அப்புறமா வர்றோம்.

ஜானகி : ஏன்னா குழந்தை பொறக்குமான்னு டாக்டர் கிட்ட நம்மளைப் பத்தி விசாரிக்கறச்சே அப்படியே தாத்தாவைப் பத்தியும் கேட்டு டுங்கோ - காத்தால தாத்தா சாப்பிட்டவுடனே வாந்தி எடுத்தார்.

கம்பௌண்டர்: ஏங்க, தாத்தாவுக்கும் குழந்தை பொறக்கலையா? வாந்தி எடுத்தார்ங்கறாங்க அம்மா!

மாது : யோவ், பித்த வாந்தியா... என் தாத்தாவுக்கு உடம்பு சரி இல்லை. அதுக்கெல்லாம் வேற டாக்டர்டி. இவர் ரமாமணி - கைனகாலஜிஸ்ட் - சரி, நான் வர்றேன்யா...

கம்பௌண்டர்: இருங்க, நீங்க யாரு... என்ன விஷயமா பாக்க வந்தீங்கன்னு எழுதிட்டு போங்க.

மாது : ஜானகி! ஒரு பேப்பர் தா.

கம்பௌண்டர்: பேப்பர் வாணாம். இந்த டைரில எழுதுங்க.

மாது : இங்கயும் டைரியா? வேணாம்யா. அந்த CBI ஐயங்கார் ஒருத்தர் டைரி எழுதிட்டு நான் படற அவஸ்தை போதும். இனிமே ஓசில டைரி கொடுத்தா கூட வாங்க போறதில்லை. யோவ்! நானே டாக்டர் கிட்ட நேரா பேசிக்கறேன்.

ஜானகி : இதை வேணும்னா கொடுத்துட்டு வாங்கோ.

மாது : இந்தா, இதுல எங்க பேர், எங்களோட மெடிக்கல் ரிப்போர்ட்ஸ் எல்லாம் இருக்கு, டாக்டர் வந்தா கொடு. நான் போயிட்டு அப்புறமா வர் றேன். அப்புறம், கம்பௌண்டர் தாகமா இருக்கு, குடிக்க ஜலம் இருக்குமா?

கம்பௌண்டர்: (திரும்பி பார்த்து) என்னது, இங்க இருந்த Jugஐ காணும்?

ஜானகி : அய்யோ வாங்களேன், வெளில கூல்டிரிங்ஸ் வாங்கி சாப்பிட்டுக்கலாம்.

மாது : நான் போயிட்டு வரேம்பா.

(Exit)

கம்பௌண்டர்: எங்க போச்சு Jug? கடைசீயா இந்த மருதநாயகம் தானே ஜக்குலேந்து தண்ணி எடுத்து குடிச்சான்? ஜக்கை எடுத்துகினு பூட்டாறா? எதை வெச்சுட்டு ஜக்கை எடுத்துகினு போனான்.

(டாக்டர் ரமாமணி Entry)

ரமாமணி : டேய்! என்னடாது? பெட்டி அந்த மருதநாயகம் பெட்டி.

கம்பௌண்டர்: சாரி சார். அந்த லூசு தன் பெட்டியை வச்சுட்டு ஜக்கை எடுத்துகினு போயிட்டான்.

ரமாமணி : கண்றாவி! தன் coatஐ விட்டுட்டு என் coatஐ எடுத்துண்டு போயிட்டான். தன் பெட்டியை விட்டுட்டு ஜக்... நான் உள்ளே போய் அம்மா வோட Medical kitஐ எடுத்துண்டு போறேன். அ அப்புறம்... அந்த மருதநாயகம் தனியா வரானா, இல்லே wifeவோட வரானா?

கம்பௌண்டர்: ஏன்?

ரமாமணி : Wifeவோட வந்தா, உள்ளே டாக்டர் அம்மாகிட்ட விடாதே. தன் wifeஐ விட்டுட்டு என் wifeஐ இழுத்துண்டு பூடுவான். நான் போய் பெட்டியை எடுத்துண்டு வர்றேன்.

(உள்ளே போக... சீனாதானா - மைதிலி Entry)

சீனாதானா : சும்மா வா புள்ள... வெக்கப்படாம வா... எங்க டாக்டர் ரமாமணி?

கம்பௌண்டர்: வருவாங்க, அப்படி உக்காருங்க...

சீனாதானா : வெட்கப் படாத புள்ளை... பாருங்க இது வெட்கப்படறதை... தே...பொம்பளை டாக்டர் தானே, என்ன வெட்கம்?

கம்பௌண்டர்: பொம்பளை டாக்டரா?

சீனாதானா : ரமாமணி.

கம்பௌண்டர்: யோவ், ரமாமணி ஆம்பளை டாக்டர்.

சீனாதானா : டாக்டர் ரமாமணி ஆம்பளையா? ரமாமணி பொம்பளை பேர் இல்லே.

கம்பௌண்டர்: ரமாமணின்னு ஆம்பளையும் பேர் வச்சுப்பாங்க.

சீனாதானா : நீங்க யாரு நர்ஸா?

கம்பௌண்டர்: யோவ்! நான் கம்பௌண்டர்யா... பாத்தா தெரியலே... நர்சுனா பொம்பளை...

சீனாதானா : ரமாமணினா கூடத்தான் பொம்பளை. ரமாமணி ஆம்பளையா இருக்கறச்சே கம்பவுண்டர் நர்ஸா இருக்கக்கூடாதா?

கம்பௌண்டர்: இஷ்டமிருந்தா பாருய்யா - இல்லை எந்திரிச்சு போ - காலங்கார்த்தால்லாம் பேஜாரா கீது... என்ன விஷயமா வந்தே?

சீனாதானா : சொல்லு புள்ளை - கேக்கறார் இல்லே.

மைதிலி : அட போங்க. எனக்கு வெக்கமா இருக்கு.

கம்பௌண்டர்: நீங்கதான் சொல்லுங்களேன்.

சீனாதானா : அட போங்க. வெக்கமாயிருக்கு.

கம்பௌண்டர்: கண்றாவி, எப்படியும் டாக்டர் கேட்டா, சொல்லித்தானே ஆகணும். வெக்கப்பட்டுகினு சும்மா இருப்பீங்களா?

சீனாதானா : இங்க வாங்க, போன வருஷத்தோட 16 ஆச்சு- இந்த வருஷம் 17.

கம்பௌண்டர்: 16 ஆச்சு - இந்த வருஷம் 17ஆ?

(டாக்டர் ரமாமணி Entry)

ரமாமணி : யார்டா அது? என்ன விஷயம்!

கம்பௌண்டர்: ஒண்ணும் புரியலே டாக்டர் - பொடிவச்சு பேசறாங்க. என்னவோ போன வருஷத்தோட 16, இந்த வருஷம் 17ங்கறாங்க.

ரமாமணி : முண்டம், புரியலையா நான் கைனகாலஜிஸ்ட். என்கிட்ட யார் வருவாங்க? குழந்தை இல்லாதவங்க. பாவம் கல்யாணமாயி 16 வருஷமா குழந்தை பொறக்கலே போல இருக்கு. அதான் consult பண்ண வந்து இருக்காங்க.

கம்பௌண்டர்: அப்படிங்கறீங்க?

சீனாதானா : கும்புடறேங்க... புள்ளை, அய்யாவை கும்புட்டுக்க... எம்பேர் சீனாதானா... இது நம்ம புள்ள மைதிலி.

ரமாமணி : சரி, என்ன Problem?

சீனாதானா : வேற என்ன? குழந்தை Problemதான்.

ரமாமணி : 16 முடிஞ்சு 17ஆமே?

சீனாதானா : ஆமாங்க.

ரமாமணி : என்னப்பா, கொஞ்சம் முன்னாடியே வரக்கூடாது. பாத்தா சின்னவங்களா இருக்கீங்க... பால்ய விவாகமா?

மைதிலி : இல்லீங்க, கல்யாணமாயி 12 வருஷம் தான் ஆவுது - இது 13வது.

ரமாமணி : என்னம்மா குழப்பறே? உம் புருஷன் 16 முடிஞ்சு 17ங்கறார். நீ 12 முடிஞ்சு 13ங்கற. தனித்தனியா கல்யாணம் பண்ணிண்டீங்களா?

சீனாதானா : நீங்க தப்பா புரிஞ்சுக்கிட்டீங்க. 16 முடிஞ்சு 17ங்கறது குழந்தைங்க. 16 குழந்தைங்க. இப்ப 17வது பொறக்கப் போவுது... டாக்டர் பொறக்க வேணாம்க - எதுவும் பொறக்க வேணாம். மருந்தோ, மாத்திரையோ, ஆபரேசனோ செஞ்சுடுங்க.

டாக்டர் : 16 குழந்தையா? கம்பௌண்டர் ஒரு டம்ளர் ஜலம் கொடு.

கம்பௌண்டர்: ஜக்கை அந்த மருதநாயகம் எடுத்துகினு பூட்டார் சார்.

டாக்டர் : ஏண்டா முட்டையிட்டு குஞ்சு பொறிச்சா கூட 12 வருஷத்துல 16 முடியாதே. ஆமாம், இப்ப உன் சம்சாரம் உண்டாயிருக்குதுன்னு உனக்கு எப்படி தெரியும்?

சீனாதானா : சொல்லு புள்ள, கேக்கறார் இல்ல.

மைதிலி : நீங்களே சொல்லுங்க. வெக்கமாயிருக்கு.

சீனாதானா : உங்களைப் பாக்க மெட்ராஸ் கிளம்பினோமா, பஸ் ஸ்டாண்டுலேயே 10 தபா வாந்தி எடுத்துட்டா.

ரமாமணி : வாந்தி எடுத்தா உண்டாயிருக்கான்னு உனக்கு யாரு சொன்னா? பித்த வாந்தியா இருக்கலாம் இல்லையா?

சீனாதானா : எங்க பரம்பரையில பித்த வாந்தியே கிடையாது. எப்பவும் பெத்த வாந்தி தான்.

ரமாமணி : 16 பசங்களை எப்படி காப்பாத்தறே? என்ன தொழில் குழந்தை பெத்துக்கறதை தவிர?

சீனாதானா : விவசாயம் பாக்கறேன்.

ரமாமணி : வயல்ல விட வீட்டுல தான் அறுவடை ஜாஸ்தி போல இருக்கு. பேசாம 16 பெத்தியே. உறவுக்காரங்களுக்கு ஒரு நாலு, அஞ்சை சுவீகாரம் - தத்துக்கு விடக்கூடாதா?

சீனாதானா : எங்க உறவுக்காரங்களிலே குழந்தை இல்லாதவங்களே கிடையாது. அப்படி இருந்தா

கல்யாணம் ஆகாதவனாத்தான் இருப்பான். நாங்க எல்லாம் ஒண்ணா ஒரே ஊர்ல இருக்கோம்.

ரமாமணி : எந்த ஊர்?

சீனாதானா : சிங்கபெருமாள் கோவில். கோயில்ல மட்டும் சாமி - மத்தபடி சிங்கபெருமாள் பூரா நம்ம ஆசாமி. நம்ம சொந்தக்காரங்க.

ரமாமணி : சரி, உள்ள டாக்டரம்மா - என் wife - இருக்கா, Check up பண்ணிக்க...

சீனாதானா : நான் மட்டும் போனா போதுமா, இல்லை இவளும் வரணுமா...

ரமாமணி : அவதான்யா போகணும் கன்றாவி! நீயும் போ துணைக்கு. நான் ஒரு இடத்துக்கு போயிட்டு வந்துடறேன்.

(Exit)

கம்பௌண்டர்: வாங்க... உள்ளே.

(மருதநாயகம் Entry with பக்கெட்)

மருதநாயகம் : என் பொட்டி எங்க... தோ இருக்கு. இந்த பக்கெட் எப்படி என் கைல வந்தது?

கம்பௌண்டர்: (வந்து) யோவ்! என்னய்யா ஆச்சு? என்னது பக்கெட்? ஜக்கை வச்சுட்டு எங்கேந்து பக்கெட்டை எடுத்துண்டு வந்தே...?

(பெண்குரல் கேட்கிறது)

கம்பௌண்டர்: தோ, வரேன் மேடம். போயிடாதே கோட் டாக்டர்து.

மருதநாயகம் : டாக்டர் வந்துட்டாரா?

கம்பௌண்டர்: வந்துட்டு போயிட்டார் - திரும்பு வருவார்.

(Exit; மாது - ஜானகி Entry)

மாது : ஜானகி, டாக்டர் ரமாமணி வந்தாச்சு. நமக்காக கோட் போட்டுண்டு ரெடியா இருக்கார்.

ஜானகி : சட்டுனு பேசிட்டு வாங்கோ... எனக்கென்ன

வோ, குழந்தைக்காக சாமியார், டாக்டர்னு தெருத் தெருவா அலையறது துளி கூட புடிக்கலை. பக்கத்து வீட்டு மாமி சொன்னா, கபாலி கோவில்ல கற்பகாம்பாள் சன்னதியில் 50 வாரம் நெய் விளக்கு ஏத்தினா, நிச்சயம் பொறக்குமாம்.

மாது : 50 வாரம்... 1 வருஷத்துக்கு 50 வாரம்தாண்டி. 50 வாரம் நெய் விளக்கு ஏத்தினா 50வது வாரம் தாத்தா தலைமாட்டுல விளக்கு ஏத்த வேண்டியது தான்... Hello சார்.

மருதநாயகம் : Hello...

மாது : எம் பேர் மாது. இது என் wife ஜானகி... உங்க கிட்ட பர்சனலா பேசணும்.

மருதநாயகம் : ஓ yes...you are most welcome. உக்காருங்க.

மாது : எங்களுக்கு கல்யாணமாயி 2 வருஷம் ஆச்சு இன்னிக்கு Actualஆ 2nd Wedding Anniversary.

மருதநாயகம் : அப்படியா? Many More happy returns of the day.

மாது : Thank you. எனக்கு இன்னும் குழந்தை பொறக்கலே. உங்களை நம்பி வந்துருக்கோம். நீங்க தான் குழந்தை பொறக்க வழி சொல்லணும்.

மருதநாயகம் : நல்ல டாக்டரா பாத்து consult பண்ண வேண்டி யதுதானே?

மாது : அதான் உங்களை பாக்க வந்தோம்.

மருதநாயகம் : நானே இன்னும் டாக்டரை பார்த்த பாடில்லே. எனக்கு முன்னாடி பாருங்க. I can wait.

மாது : நீங்க டாக்டர் ரமாமணிதானே?

மருதநாயகம் : No...No நான் மெடிகல் ரெப்ரஸெண்டேடிவ் மருதநாயகம்.

மாது : கஷ்டம்... ஏன்யா பின்ன வெள்ளை கோட்டை போட்டுண்டு டாக்டராட்டம் உக்காண்டிருக்கே?

மருதநாயகம் : அது ஒரு பெரிய கதை சார். Suppose உங்களுக்கு குழந்தை பொறந்தா உங்க குழந்தைக்காக பல

Equipments சாதனங்கள் - நான் develop பண்ணி வச்சிருக்கேன்.

ஜானகி : போதும். இப்படி வாங்க... அவரோட என்ன வெட்டிப்பேச்சு?

மருதநாயகம் : Please மேடம். உங்களுக்குத் தான் ரொம்ப usefulஆ இருக்கும். Johnson &Johnson கம்பெனில நான் work பண்றேன். இப்ப நானே தனியா ஒரு கம்பெனி start பண்ணிட்டேன். Nonsons & Nonsonsனு பேர். நானும் எனக்கு பொறக்கப் போற Sonம் சேர்ந்து ஆரம்பிச்ச கம்பெனி. நான்son & நான்son.

மாது : இருடி, எப்படியும் டாக்டர் வர வரைக்கும் போரடிக்குமே, பேசிப் பார்ப்போம்.

மருதநாயகம் : ஒரு வயசு வரை உள்ள குழந்தைகளுக்காக நிறைய Equipments தயார் பண்ணியிருக்கேன். இதை பாருங்க FEEDING BOTTLE. சில குழந்தைகள் நல்லா சாப்பிட்டுட்டு பசி இல்லாம அழும். அப்ப அதுக்கு பால் கொடுத்தா வயிறுகெடும். அதே சமயம் அழாமயும் இருக்கணும். இந்த Feeding bottleக்கு வெள்ளை paint அடிச்சிருக் கேன். குழந்தை பால் இருக்குதுனு நெனைச்சு ஏமாந்து போய் உறிஞ்சிண்டிருக்கும்.

மாது : உறிஞ்சி பால் வரலையானா அழாதா?

மருதநாயகம் : நீங்க சொல்றது புத்திசாலி குழந்தைங்களுக்கு... அதுக்கு வேற Feeding bottle வச்சுருக்கேன். அதுல ஒரு பாட்டரி இருக்கும். குழந்தை அழுதா அந்த பாட்டில்ல உள்ள தண்ணி வழியா கரெண்ட் பாஸாயி லேசா உதட்டுல Shock அடிக்கும். குழந்தை அழுகையை நிறுத்திடும்.

மாது : Shock அடிச்சு, குழந்தை ஊமையா ஆயிடுச்சுன்னா நான்sons&நான்sons இல்லே, நான்சென்ஸ் அண்ட் நான்சென்ஸ்...

மருதநாயகம் : அப்புறம் ஒரு தூளி வச்சுருக்கேன். அந்த தூளி அடி வழியா ஒயர் கனெக்ஷன் கொடுத்து Main switchசோட அட்டாச்சு பண்ணிட்டா போதும். குழந்தை அழுதா அந்த அழுகை சிக்னலுக்கு கரெண்ட் பாஸ் ஆகி தூளி ஆடும்... உரக்க அழுதா கரெண்ட் ஜாஸ்தி பாயும். தூளி வேகமா ஆடும். ஷாக் அடிக்காம இருக்க... தூளியை மரத்துல பண்ணிருக்கேன். இதான் மாடல்.

மாது : மரத்துல தூளியா... யோவ் இது தூளி இல்ல. Boatயா... எவ்வளவு பெரிசு... வீட்டுல கட்டி தொங்க விட்டுட்டு குழந்தையை படுக்க விட்டுட்டா அப்பால நாங்க எங்க படுக்கறது?

மருதநாயகம் : உங்களுக்கு குழந்தை பொறந்தா usefulஆ இருக்கும். ரொம்ப சீப் 20000 ரூபாதான். ரெடி மேடா இருக்கு.

மாது : நான் 60000 தரேன். ரெடிமேடா பொறந்த குழந்தை இருக்கா, சொல்லு, வாங்கிக்கறேன். 10 மாசம் கழிச்சு ஜானகி உனக்கு பொறந்ததுன்னு தாத்தா கிட்ட காமிச்சுடலாம்.

மருதநாயகம் : இதோ பாருங்க. ஒரு நிமிஷம். Helmet மாதிரி குழந்தைங்களுக்கு பாதுகாப்பு கவசம். இதுக்குள்ள குழந்தைகளை போட்டு Lock பண்ணிட்டா, வெயில், மழை எங்க வேணாலும் தூக்கிட்டு போகலாம்.

மாது : இது என்ன சைடுல பட்டன்?

மருதநாயகம் : குழந்தைக்கு Bathroom வந்தா, இந்த பட்டனை தட்டினா போறும், முன்பக்கம் தொறந்துக்கும்.

மாது : இது...

மருதநாயகம் : Backside opening... டயரியா ஆச்சுன்னா பாத்தீங்களா இங்க ஒரு லாக் இருக்கு, சினிமா போனா Stoolல குழந்தைய வச்சு lock பண்ணிட்டு போயிடலாம்.

மாது : இது என்ன தலைல Lock?

மருதநாயகம் : தூளி வேணாம். சுவத்துல ஆணி அடிச்சு காலண்டர் மாட்டற மாதிரி குழந்தையை மாட்டிட்டு பூடலாம். வாங்கிக்கிறீங்களா?

மாது : போய்யா... இங்க குழந்தைக்கே வழி இல்லை. நீ Equipmentsக்கு போயிட்டே.

மருதநாயகம் : இப்ப கேலி பண்றீங்க. ஒரு நாள் இல்லை ஒரு நாள் இந்த மருதநாயகத்தை தேடி அலையப் போறீங்க.

(டாக்டர் ரமாமணி Entry)

மருதநாயகம் : hello டாக்டர், I am மருதநாயகம்.

ரமாமணி : தோ பாருங்க, நீங்க என் கோட்டை கழட்டி வையுங்க. அப்புறம் போயிட்டு வாங்க.

மருதநாயகம் : *(கழட்டி தன் கோட்டை தோளில் போட்டுக் கொண்டு)* ஞாபகமறதில shirt போட்டுக்க மறந்துட்டேன்!

மாது : அந்த தூளில கட்டற பாட்டரியை coatல வச்சு தையுங்க. Shirt போடலேன்னா shock அடிச்சு ஞாபகப்படுத்தும்.

மருதநாயகம் : டாக்டர், அப்புறம் நான் எப்ப வரது?

ரமாமணி : எப்படியும் பத்து நிமிஷத்துல மறந்து போய் வரப் போறீங்க. இது என்ன கேள்வி!

மருதநாயகம் : Atleast இந்த catalogueயாவது படிச்சுப் பாருங்க.

ரமாமணி : அந்த டேபிள்ல வச்சுட்டு போங்க. *(வைத்துவிட்டு மாதுவின் ரிப்போர்ட்டை எடுத்துப் போகிறான்.)*

ரமாமணி : உங்களுக்கு...

மாது : I am மாது. இது என் wife ஜானகி. உங்க கிட்ட பர்சனலா பேசணும்.

ரமாமணி : என்ன?

மாது : எப்படி சொல்லறது? இன்னியோட 2 ஆச்சு-நாளைலேந்து 3 ஆரம்பம் - 2 முடிஞ்சு 3 ஆரம்பிச்சுடுச்சு.

ரமாமணி : யோவ்! ஆளுக்காள் பொடி வச்சு பேசாதீங்கய்யா. ரெண்டு குழந்தை பொறந்தாச்சு. இப்ப 3வது அப்படித்தானே - தெளிவா சொல்லேன்.

மாது : அய்யோ, அது இல்லை டாக்டர். கல்யாணம் ஆயி ரெண்டு வருஷமாச்சு, இப்ப 3வது வருஷம் நடக்குதுன்னு சொல்ல வந்தேன்.

ரமாமணி : இப்ப தான் ஒருத்தன் உள்ளே போய் இருக்கான். 16 முடிஞ்சு 17ங்கறான். நான் கல்யாணமாயி 16 வருஷம் முடிஞ்சு 17ன்னு நெனைச்சா, 16 குழந்தை பெத்து இப்ப 17வதுங்கறான்.

ஜானகி : 16 பெத்தவரா? ஏன்னா, நம்ப சீனாதானா மாதிரி யார்?

ரமாமணி : என்ன சொல்றீங்க?

ஜானகி : சீனாதானா...

ரமாமணி : சீனாதானாவே தான். அவனும் அவன் wifeம் உள்ளே போயிருக்காங்க.

மாது : அவனை wifeவோட தனியா அனுப்பாதீங்க. டாக்டர் போறச்சே wifeவோட போவான். வரச்சே குழந்தையோட வருவான்.

ரமாமணி : உள்ள என் wife இருக்கா. அவளும் டாக்டர்- அவகிட்ட checkup பண்ண அனுப்பியிருக்கேன்.

மாது : ஆமாம். அது என்ன நீங்க ரமாமணின்னு பொம் பளை பேரை வச்சிருக்கீங்க?

ரமாமணி : அது எங்க பரம்பரையில மூத்த குழந்தைக்கு ரமாமணின்னு பாட்டியோட பேரை வைக்கறது வழக்கம். சாதாரணமா மூத்த குழந்தை பொம்பளையா பொறக்கும். நான் ஒருத்தன் ஆம்பளையா பொறந்துட்டேன். வழக்கத்தை மாத்தாம ரமாமணின்னு வச்சுட்டாங்க.

மாது : உங்களுக்கு பாட்டி பிராப்ளம், எங்களுக்கு தாத்தா பிராப்ளம்.

ரமாமணி : என் wife பேர் ராமசந்திரன்.

மாது : உங்க wife பேர் ராமசந்திரனா?

ரமாமணி : ம்... அவங்க பரம்பரைல மூத்த குழந்தைக்கு ராமசந்திரன்னு தாத்தா பேர் வப்பாங்க... இவ

மூத்தவ - அதான் ராமசந்திரன். சரி உன் தாத்தா ப்ராப்ளத்துக்கும் நீ குழந்தை பெத்துக்கறதுக்கும் என்னய்யா சம்பந்தம்?

மாது : சொல்றேன் (miming)

ரமாமணி : தோ பார்பா... ஒரு வருஷங்கறது ரொம்ப short noticeஆ இருக்கு. என்னால முடிஞ்ச Treatment தரேன்.

மாது : எங்களோட Medical reports இருக்கு... பார்த்து சொல்லுங்க பொறக்குமா, பொறக்காதான்னு... எங்கடி...

ஜானகி : அந்த டேபிள்ளே வச்சேளே!

மாது : இந்தாங்க சார்...

ரமாமணி : Nonsons and Nonsons baby product development corporation - யோவ்... இது... அந்த மருதநாயகம் Catalogueயா... reports எங்க?

மாது : இங்கதான்...

ரமாமணி : கண்றாவி... வழக்கம் போல அந்த கேனப் பய தன்னோட catalogueஐ வச்சுட்டு உங்க Medical reportஐ எடுத்துண்டு போயிட்டான். அவன் எப்படியும் திரும்பி வருவான். Don't worry மாது! அப்படியே ரிப்போர்ட் பிரகாரம் உங்களுக்கு problem இல்லேன்னா கூட - உங்க ரெண்டு பேருக்கும் மெடிக்கலி எந்த குறையும் இல்லாட்டாலும் - ஒரு வருஷத்துல குழந்தை பொறக்குமுனு உத்தரவாதமா சொல்ல முடியாது. அ... இப்படி பண்ணா என்ன? First class Idea...

மாது : என்ன?

ரமாமணி : எனக்கு தெரிஞ்சு ஒரு சாமியார் இருக்கார் - பேபியூர் அமுலானந்தா - ரொம்ப சக்தி.

மாது : நான் சொல்றேன். பிரதட்சிணமா சுத்தி பலூன்கட்டி தொங்கவிட்டு லாலிபாப் தந்தா குழந்தை பொறக்கும்... அதானே? அவர்கிட்ட

போயிட்டு தான் உங்ககிட்ட வந்தேன். அண்ணாவை கேட்டா தம்பிங்கறா, தம்பியை கேட்டா அண்ணாங்கறா... நல்ல பிஸினஸ்யா இது!

ரமாமணி : Mr.மாது, ஒரு வருஷத்துக்குள்ள உங்க தாத்தாக்கு ஒரு குழந்தையை காட்டினா அவர் உசிரோட இருப்பார் இல்லியா? யாருக்கான பொறந்த குழந்தையை உங்களுக்கு பொறந்ததுன்னு சொல்லி தாத்தா கிட்ட காமிச்சுடுங்க.

மாது : டயரில எனக்கு பொறக்கணும்னு எழுதி இருக்கே?

ரமாமணி : டயரியை தூக்கி பரண்லே போடுங்க... உங்க தாத்தா அந்த டயரியை நம்பி பயப்படறார். இது ஒரு சைக்கலாஜிகல் problemயா... பேசாம யாருக்கான பொறந்த குழந்தையை உன் குழந்தைன்னு தாத்தாகிட்ட பொய் சொல்லு.

மாது : பொய் சொன்னா, தாத்தா மண்டையை போட மாட்டாரா?

ரமாமணி : மண்டைய போடாம இருக்க உங்க தாத்தா என்ன மார்க்கண்டேயனா? அட குழந்தையை பாத்த சந்தோஷத்துல கூட ஒண்ணு ரெண்டு வருஷம் இருக்கலாம்.

மாது : அதுவும் நல்ல idea தான்... என்னடி சொல்ற? நீயும் அனாவசியமா மசக்கை... மாங்கா... பிரசவ வலின்னு திண்டாட வேண்டாம். ரெடிமேட் child.

ஜானகி : பொறந்த குழந்தைக்கு இப்ப எங்க போறது?

ரமாமணி : சீனாதானாவும் அவன் பொஞ்சாதியும் 16 பெத்து இப்ப 17 confirm பண்ணிக்க என் wife கிட்ட போய் இருக்காங்க.

மாது : டைரிப்படி டயமெல்லாம் கூட கரெக்டா இருக்கு. இப்ப மைதிலி பிரக்னென்ட்... 10 மாசத்துல குழந்தை, தாத்தாகிட்ட 1991 nov

22ல காட்டிடலாம். முருகா, சீனாதானா wife பிரக்னென்டா இருக்க அருள்புரிப்பா. தலையெழுத்து... ஊரான் பொண்டாட்டி பிரக்னென்ட்டா இருக்க நான் வேண்டிக்க வேண்டிருக்கு.

ஜானகி : ஏன்னா, சீனாதானா 17வது குழந்தையை கேட்டா தருவாரா?

மாது : அவன் 16 பெத்து சோத்துக்கே அல்லாடறான். சத்யமா தருவான். (சீனாதானா மைதிலி Entry) சீனாதானா சௌக்யமா?

சீனாதானா : அடடே... நம்ப மானாதுனா... புள்ள அங்க பாரு, ஜானகி புள்ள.

ஜானகி : என்னம்மா, டாக்டர் என்ன சொல்றார்?

மைதிலி : போங்க... வெக்கமாயிருக்கு...

மாது : அப்பா 17வது confirmed. சீனாதானா, நீ எனக்கொரு Help பண்ணணும்.

சீனாதானா : என்னங்க இது... 16 பெத்து அவதிப் படறேன். இப்ப 17... நீங்கதாங்க எனக்கு உதவி பண்ணணும். ஏதாவது நல்ல ஆபீஸர் உத்யோகமா வாங்கித் தாங்க.

மாது : உத்யோகம் எதுக்குய்யா? உம்பேர்ல நான் உயிலே எழுதி வைக்கறேன்.

சீனாதானா : என்ன சொல்றீங்க?

மாது : தோ பார்... நீ உனக்கு பொறக்கப் போற 17வது குழந்தையை எனக்கு தறியா? தந்தா உம்பேர்ல நான் 50000 ரூபாய்க்கு உயில் எழுதி வைக்க றேன்.

சீனாதானா : 50000 ரூபாயா? கூட ஒரு 50 போட்டு ஒரு லட்சமா தர்றீங்களா? 17வது என்ன? 17ஐயும் உங்களுக்கு தந்துடறேன்...

மைதிலி : ஏங்க, இப்படி வாங்க... வெக்கமா இல்லை? பணத்துக்கு புள்ளைய விக்கறீங்களே? 10 மாசம்

சுமந்து நான் பெத்த புள்ள அல்பம் 50000 ரூபாய்க்காக நான் தர மாட்டேன்.

சீனாதானா : என்னடி 10 மாசம்? அதான் கூறுகட்டி விக்கற அளவுக்கு 16 பெத்தியே! 160 மாசம் சுமந்தது போறாதா? நம்ம புள்ளையும் அங்க ராஜாவாட்டம் வளருமில்ல? ஏங்க ராஜாவாட்டம் வளப்பீங்க இல்லையா?

மாது : ம்... சித்தூர் ராஜாவாட்டம் வளப்போம்.

மைதிலி : 50 லட்சம் தந்தாலும் என் புள்ளைய நான் தரமாட்டேன். பெத்த மனம் பித்து, பிள்ளை மனம் கல்லும்பாங்க. இப்ப புருஷன் மனம் கல்லாயிருக்கே?

சீனாதானா : அது தரமாட்டேங்குதுங்க.

மாது : தோ பாரும்மா... தாயே! உன்னால ஒரு உசுரு பொழைக்கும். இந்த வருஷ கடைசிக்குள்ள குழந்தையை பாக்கலேன்னா எங்க தாத்தா உசுரு பூடும். டயரில அப்படித் தான் ஜோஸ்யம் போட்டிருக்கு...

மைதிலி : குழந்தையை தாத்தா பாக்கணும், அவ்வளவுதானே? பொறந்தவுடனே தபால் போடறோம், வந்து பாத்துட்டுப் போக சொல்லுங்க.

மாது : ஐயோ... எனக்கு பொறந்த குழந்தையை தாத்தா பாக்கணும்.

மைதிலி : அப்ப, என் குழந்தையை உங்க குழந்தைனு காட்டப் போறீங்களா? தாத்தாவை ஏமாத்தப் போறீங்களா? இது தப்பு இல்லையா?

மாது : தப்புதான்... வேற வழியில்லை... சரி, நீ உன் குழந்தையை ஒரேடியா தரவேணாம்.

சீனாதானா : பிச்சு பிச்சு தர சொல்றீங்களா?

மாது : தோ பாருங்க... நீங்க குழந்தையை Julyல தந்தீங் கன்னா நான் Aug, Sep, Oct, Nov, Decனு ஒரு 6, 7 மாசம் வச்சுண்டு தந்துடறேன். அதுக்குள்ள

எங்க தாத்தாவும் தேறிடுவார். அப்புறம் சொல்லிக்கலாம் தாத்தாகிட்ட உண்மையை. தோ பாரும்மா, please எங்க தாத்தாவுக்கு மாங்கல்ய பிச்சை போடும்மா.

சீனாதானா : கெஞ்சிக் கேட்கறார் இல்லை - ஒத்துக்க புள்ளை. நமக்கு மொத குழந்தை பொறக்கறதுக்கு மூணு நாள் முன்னாடி உங்க தாத்தா பூட்டார்னு எப்படி அழுத? இப்ப என்ன அழுவுற? அது பாவம்... தாத்தாவை நெனைச்சு அழறது.

மைதிலி : பேராண்டிய பாக்கணும், பேராண்டிய பாக்க ணும்னார். தாத்தா பாக்காமலேயே போயிட்டார்.

மாது : என்னது உங்க தாத்தாவும் போயிட்டாரா?

சீனாதானா : அது இல்லீங்க, எங்களை இங்க அல்லாட வுட்டுட்டு அவர் சிங்கப்பூர்ல சௌகரியமா இருக்கார்.

மாது : சிங்க பெருமாள் கோவில்ல நீ கஷ்டப்படறே?

ஜானகி : இப்ப அவங்க குடும்பப்பிரச்சனை தேவையா? நம்ம தாத்தா விஷயத்தை கவனிச்சுத் தொலைங்க ளேன்.

மைதிலி : ஏதோ... பாவம் தாத்தாங்கறதால ஒத்துக்கறேன். ஆனா சொன்னபடி 6,7 மாசத்துல எம்புள்ளைய திருப்பித் தந்துடணும்.

மாது : டெபனெட்டா திருப்பி தந்துடறேன். அதுக்குள்ள ஒரு வேளை ஜானகிக்கு குழந்தை பொறந்தா, வட்டியும் முதலுமா இரண்டு குழந்தையை திருப்பித் தந்துடறேன், போறுமா?

சீனாதானா : அப்ப 50000...

மாது : தரேன்யா...

சீனாதானா : அட்வான்ஸ்ஸா ஒரு 49000 தந்துடுங்களேன்.

மாது : 49000 அட்வான்ஸா? மேலே 1000 போட்டா முழு தொகைய்யா.

ஜானகி : அல்பம் மாதிரி பேசாதேள். அதான் தாத்தா 10

		லட்ச ரூபா உங்க பேர்ல எழுதி வக்கப் போறார் இல்லை?
சீனாதானா	:	10 லட்சமா?
மாது	:	ஏண்டி அவனுக்கெதிரே இதெல்லாம் பேசற? இப்ப இவன் ரேட்டை உசத்திடப்போறான்.
சீனாதானா	:	அப்புறங்க X Ray எடுத்து பாத்தா தெரியலீங்க. ரெட்டையா, ஒத்தையான்னு... ரெட்டையா இருந்தா தலைக்கு 50000னு 1 லட்சம் தருவீங் களா?
மாது	:	ரெட்டையா குழந்தை, ரெட்டை மண்டையா பொறந்தாலும் நான் பணம் தரேன், போதுமா? இனிமே உனக்கு பெருவாழ்வுதான்ய்யா... வரட்டுமா? குழந்தை பொறந்தவுடனே தந்தி அடி... நானும் ஜானகியும் குழந்தையை எடுத்துக்க வரோம்... அய்யய்யோ...
ஜானகி	:	என்னன்னா...
மாது	:	ஏண்டி? குழந்தை உனக்கில்ல பொறந்ததா சொல்லணும்...
ஜானகி	:	ஆமாம்.
மாது	:	என்ன ஆமாம்? அப்ப நீ பிரக்னெண்ட் ஆக வேண்டாமா? தோ பார் குழந்தைதான் பெத்துக்க மாட்டேங்கற... அட்லீஸ்ட் பிரக்னெண்ட்டாவது ஆக பாரு.
ஜானகி	:	என்ன உளர்றேள்?
மாது	:	அய்யய்யோ, பிரக்னெண்ட் ஆகாம ஜானகிக்கு எப்படி குழந்தைனு தாத்தா கேப்பாரே, குந்தி தேவி மாதிரினு சொல்லலாமா? இப்ப என்ன பண்றது? ஜானகி! நாளைக்கு நீ தாத்தா எதிர்ல பிரக்னெண்ட் ஆனா மாதிரி நடிக்கற...
ஜானகி	:	எனக்கு பயமா இருக்கு.
மாது	:	பிரக்னெண்ட் ஆகறதுக்கு பயமா? அங்க பாரு மைதிலியை - எவ்வளவு தைரியமா 17 வாட்டி பிரக்னெண்ட் ஆயிருக்கா.

சீனாதானா : ஏங்க, எப்படியும் இவ குழந்தையை உங்க குழந்தைன்னு காட்டப் போறீங்க... பேசாம அவங்களுக்கு பதிலா இவளே வந்து தாத்தா எதிர்ல பிரக்னெண்டா நடிக்கட்டுமே... தத்ரூபமா நடிப்பா... அதுக்கு வேற தனியா ஒரு 5000 போட்டு 55 ஆயிரமா குடுத்துடுங்க.

மாது : ஜானகி! பிரக்னெண்ட்டுனு உனக்கு பதிலா மைதிலி நடிக்கணுமா? இது என்ன சினிமா மாதிரி டூப் வச்சு SHOT போடறதா? ஜானகி! நாளைக்கு நீ தாத்தா எதிர்ல பிரக்னெண்ட் ஆனா மாதிரி நடிக்கற...

சீனாதானா : அது ஒண்ணும் பெரிய காரியம் இல்லம்மா. 5 தபா வாந்தி எடு போதும். எப்படி வாந்தி எடுக்கணும்னு மைதிலி புள்ளை எடுத்துக்காட்டும்.

ரமாமணி : யோவ்! என் Clinicஅ நாற அடிச்சுடுவீங்க போல இருக்கே.

மாது : ஜானகி! நீ வாந்தி எடுக்கற... டாக்டர் வந்து உன் கையை புடிச்சு பாத்து, நீ பிரக்னெண்டுன்னு சொல்லிடுவார். தாத்தாவும் நம்பிடுவார்.

ஜானகி : இப்ப டாக்டருக்கு எங்க போறது?

மாது : ரமாமணி நாளைக்கு டாக்டரா நடிப்பார்.

ரமாமணி : யோவ், நான் நெஜம் டாக்டர்யா - நான் நடிக்கலாம் மாட்டேன். என் பேரை கெடுத்துடுவே போலயிருக்கே... நம்மால முடியாது.

மாது : இப்ப யாரை டாக்டரா நடிக்க வக்கறது?

(ஜெயபால் Entry)

ஜெயபால் : அடடே, மாது சார்.

மாது : நீ எங்க இப்படி?

ஜெயபால் : அன்னிக்கு எமன் வேஷம் கட்டினேன் இல்லையா... நாளைக்கு ராத்திரி வேற டிராமா- டாக்டர் வேஷம் கட்டறேன். நம்ம டாக்டர் டிரஸ் தர்ரேன்னார், இருக்காரா சார்?

ரமாமணி : இந்தா.

ஜெயபால் : டாக்டர் வூட்டுக்கும் நான்தான் பால் ஊத்த றேன். வரேன் சார்.

மாது : ஜெயபால்...

ஜெயபால் : என்ன சார்?

மாது : நாளைக்கு ராத்திரி தானே உனக்கு டிராமாவில் டாக்டர் வேஷம்?

ஜெயபால் : ஆமாம்.

மாது : நாளைக்கு காத்தால உனக்கு ரிகர்சல் எங்க வீட்டுல...

ஜெயபால் : புரியலையே.

மாது : நீ நாளைக்கு டாக்டரா எங்க வீட்டுக்கு வா.

ஜானகி : என்னன்னா, ஜெயபாலைத்தான் தாத்தாவுக்கு தெரியுமே!

மாது : அது பழைய தாத்தா... இப்ப தாத்தா மரண பயத்துல இருக்கார். அரண்டவன் கண்ணுக்கு இருண்டதெல்லாம் பேய். ஏற்கனவே ஜெயபாலை எமன்னு நெனைச்சு பயந்திருக்கார். நாளைக்கு ஜெயபால் டாக்டர். எமன், டாக்டர் ரெண்டும் கிட்டத் தட்ட ஒண்ணுதான், சமாளிக்கலாம்.

காட்சி 6

இடம்: மாதுவின் வீடு

மாது : ஜானகி, ஜானகி, என்ன ரெடியா?

ஜானகி : எதுக்கு ரெடி?

மாது : என்னடி நிதானமா கேக்கற? வாசல்ல ஜெயபால் டாக்டர் வேஷத்துல wait பண்றான் மறந்துட்டியா? நீ வாந்தி எடுக்கணும், ஜெயபால் வந்து உன்னை Checkup பண்ணி பாத்துட்டு பிரகனென்ட்டும்பான். உள்ள என்ன பண்ணிண்டுருக்கே...

ஜானகி : அப்பா, சாயங்காலம் டிபனுக்கு பூந்தி பண்ண சொன்னார்.

மாது : பூந்தியா? இங்க நான் வாந்திக்காக wait பண்றேன். நீ உங்கப்பனுக்கு பூந்தி பண்றேங்கறே, பூந்தியை விடு, வாந்தியை கவனிடி. நீ டெய்லி காலைல எனக்கொரு கண்றாவி காபி தருவீயே, குமட்டிண்டு வரும். அதே மாதிரி காபி கலந்து குடி. வாந்தி தானாவரும்.

ஜானகி : ஏன்னா அப்புறம் அந்த ஜெயபால் என் கையை புடிச்சு பாத்துட்டு பிரகனென்ட்டும்பானா?

மாது : ஆமாம். டாக்டர்னா கையை புடிச்சு பாத்துட்டுத் தான் சொல்வார்.

ஜானகி : சரி... அதுக்குனு ஒரு மூணாவது மனுஷன் கையை புடிச்சுப் பாக்கணுமா?

மாது : என்ன தப்பு? வளைகாப்பு போது வளையல்காரன் கையபுடிச்சு வளையல் போடறதில்லையா?

ஜானகி : என்னதான் இருந்தாலும் ஒரு பால்காரன் போய்...

மாது : அதுக்காக நான் இப்ப வளையல்காரனை டாக்டரா நடிக்கச் சொல்ல முடியுமா? படுத்தாத ஜானகி! ஜெயபால் வாசல்ல டாக்டர் வேஷத்துல wait பண்றான். நீ போய் வாந்தி எடுக்கற வழியைப் பாரு. சரி இந்தா...

ஜானகி : என்னது? சக்கரை மாதிரி இருக்கு...

மாது : பார்மஸிலே எதுக்கும் இருக்கட்டுமேனு வாங்கி வச்சேன். இந்த விஷம் குடிச்சவங்களுக்கு இதெ ஒரு சிட்டிகை கொடுத்தா போதும், வாந்திவரும்... தோ பார். அதுக்காக நீ விஷத்தை குடிச்சிட்டு இதெ சாப்பிட்டுத் தொலைக்கா தேம்மா, வச்சுக்கோ. Normala வாந்தி வரதா பாரு, இல்லே இதெ சாப்பிடு. வாந்தி வரும்.

ஜானகி : மூக்குப் பொடி மாதிரி இருக்கு.

மாதி : பாத்து மறவா வை. உங்கப்பன் மூக்குப் பொடினு நெனைச்சு போட்டு தொலைக்க போறான். மூக்கால வாந்தி எடுப்பான். ஆமாம். உங்கப்பா எங்க?

ஜானகி : மார்க்கெட்டுக்கு போயிருக்கார்.

மாது : அவர்கிட்ட ஜெயபால் டாக்டரா வரப்போற நம்ப Planஐ சொல்லிட்டியா?

ஜானகி : ராத்திரி பூரா வாந்தி எடுக்க practice பண்ணதுல சொல்ல மறந்துட்டேனே!

மாது : அய்யய்யோ... அவர் வேற எங்கயான ஜெயபால் வரச்சே வந்து தாத்தா எதிர்ல சொதப்பிவக்க போறார்... அவரை வேற சமாளிக்கணும்... ஆமாம், உப்பிலி ஏதோ interviewக்கு போறேன்னான்னே, போயிட்டானா?

ஜானகி : இல்லை, டிரஸ் பண்ணிண்டுருக்கான்...

மாது : சட்டுனு அவனை அனுப்பித் தொலைடி. ஜெயபாலை அடையாளம் கண்டுப்பான். போறது peon வேலைக்கு interview. இதுக்கென்ன டிரஸ்? தாத்தா எங்க?

ஜானகி : பூஜை பண்றார்.

மாது : பாவம்... சாதாரணமா காலைல மட்டும் தான் பூஜை பண்ணுவார். இப்ப மரணபயம் வந்துடுத்து. சாமி ரூமை விட்டு வரவே மாட்டேங்கறார்.

சரி... நீ போ... தாத்தா Hallக்கு வந்தவுடனே வாந்தி எடு, என்ன?

குரல் : உவ்வே...

ஜானகி : (வந்து)என்னன்னா! நான்தானே எடுக்கணும்? நீங்க ஏன் வாந்தி எடுக்கறேள்? தாத்தா ஹால்ல இருக்கறச்சே நான் உள்ள வாந்தி எடுத்தா பரவாயில்லையா?

மாது : ஏன்?

ஜானகி : தாத்தா எதிர்ல எடுக்கணும்கிறீங்களே?

மாது : ஒரு பேச்சுக்கு சொன்னேண்டி - அதுக்காக தாத்தா மேலயே வாந்தி எடுப்பீயா?

ஜானகி : அப்ப நான் உள்ள வாந்தி எடுத்தா போதுமா?

மாது : உள்ள இருக்கறச்சே வாந்தி வெளில எடுக்கணும். அப்ப தான் அது வாந்தி. ஓ... நீ ரும்குள்ள கேட்டியா. நீ போய் எடு... நான் adjust பண்ணிக்கறேன்.

(ஜெயபால் Entry)

ஜெயபால் : அம்மா எப்ப வாந்தி எடுப்பாங்க? எனக்கு டயமாவுதுப்பா - நாலு வீட்டுக்கு பால் ஊத்த போவணும்.

குரல் : உவ்வேவ்...

மாது : ஜானகிதான்.

ஜெயபால் : இது ஜானகி இல்ல வாத்யார்... லட்சுமி!

மாது : லட்சுமியா?

ஜெயபால் : நம்ம பசு மாடு... வாசல்ல கட்டிப்போட்டு இருக்கேன்.

மாது : என்னது இப்படி சத்தம் போடுது? வாந்தி எடுக்கறா மாதிரி இருக்கு?

ஜெயபால் : வாந்திதான்... லட்சுமி ப்ரெக்னெண்ட்டாகீது.

மாது : சே... மாடுக்கெல்லாம் கூட குழந்தை பொறக்குது. எனக்கு பொறக்க மாட்டேங்குது. சரி... நீ போய் வாசல்ல இருடா... (ஜானகியிடம்) போடி

உள்ளே, இது லட்சுமியோட சத்தம்.

ஜானகி : லட்சுமியா? அவ யாரு? அவளை எதுக்கு வாந்தி எடுக்க சொன்னேள்?

மாது : அய்யோ, லட்சுமி ஜெயபாலோட மாடுடி... நீ உள்ளே போ. (ஜானகி Exit) நீ போடா, தாத்தா வந்துடப்போறார்.

ஜெயபால் : மேக்கப் எப்படி?

மாது : பிரமாதம். ஆமாம், அது என்ன கழுத்துல கயிறு?

ஜெயபால் : டாக்டருங்க கழுத்துல தொங்குமே?

மாது : கஷ்டம்... அது ஸ்டெதஸ்கோப்புடா... மாட்டுக் கயிறு இல்ல? ஸ்டெதஸ்கோப்தான் தந்தேனே?

ஜெயபால் : பெட்டில இருக்கும்.

மாது : அதை எடுத்து கழுத்துல மாட்டு...

ஜெயபால் : கயிறை என்ன பண்றது?

மாது : குடு, கழுத்துல மாட்டி சுருக்கு போட்டுக்கறேன். அதை தூக்கி எறிடா. தாத்தா ஏற்கனவே உன்னை எமன்னு நினைச்சு பயந்து போயிருக்கார். So, நீ என்ன பண்றே? உள்ள வந்ததும் உம்பேர் என்னன்னு கேட்டா... டாக்டர் தர்மராஜான்னு... டாக்டர் MN தர்மராஜான்னு... சொல்லு. தாத்தா காதுல எமன் தர்மராஜான்னு விழும். பயத்துல ரொம்ப குடைய மாட்டார்.

ஜெயபால் : எல்லாம் நான் பாத்துக்கறேன். பேர் என்னன்னு கேட்டா MNராஜம்னு சொல்லணும், அதானே?

மாது : M.N.ராஜமும் இல்ல, A.V.Mராஜனும் இல்லை. M.N தர்மராஜன். எமன் தர்மராஜன்.

ஜெயபால் : உங்க மாமனார் எங்க?

மாது : மார்க்கெட்டுக்கு போய் இருக்கார்.

ஜெயபால் : அவர் என்னை அடையாளம் கண்டுகினார்னா?

மாது : கவலைப்படாத... அவர் நம்ம கட்சிதான்.

ஜெயபால் : மாமனார் நம்ம கட்சி... தாத்தா மட்டும் தான்

எதிர்க்கட்சி... O.Kஆ? உன் மச்சான்?

மாது : அவன் எந்த கட்சியும் இல்லே. சுயேட்சை. எப்படி வேணுனாலும் தாவுவான். ஆனா, கவலைப்படாத - அவன் Interviewக்கு போறான். அவன் போனவுடனே வாந்தி சத்தம் வரும். அப்ப நீ உள்ள வந்தா போதும்.

ஜெயபால் : தெரியும் வாத்யார். உள்ள வந்து ஜானகி அம்மா கைய புடிச்சு சினை போட்டு இருக்குன்னு சொல்லணும்.

மாது : முண்டம். சினை போடறதெல்லாம் ஆடும் மாடும் தாண்டா. பிரக்னெண்டுங்கணும்.

ஜெயபால் : அது என்ன சொல்லு?

மாது : பிரக்னெண்ட்.

ஜெயபால் : அந்த வார்த்தை தான் வாத்யார் நம்ம மாடு கணக்கா உதைக்குது. Adjust பண்ணிக்கறேன்.

மாது : அப்புறம் சொல்ல வேண்டியதெல்லாம் சொல்லுவியா?

ஜெயபால் : அதான் நேத்தியே சொல்லிட்டேனே. கீச்சுட றேன். (Exit)

மாது : ஜானகி!

ஜானகி : (உள்ளிருந்து) என்னன்னா!

மாது : ரெடியாயிரு... உப்பிலி போனதுக்கு அப்புறம் சொல்றேன். வாந்தி எடுக்க ரெடியா இரு.

(உவ்வே என்று குரல்)

மாது : இப்ப இல்லடி. இன்னும் உப்பிலி போகலை. ஆம்பளை வாந்தி சத்தமா இருக்கு.

(தாத்தா Entry)

தாத்தா : மாது! ஒரு டம்ளர் ஜலம் தா. வாந்தி வரா மாதிரி இருக்கு.

மாது : இப்ப வாந்தி சத்தம் தந்தது நீயா? (ஜெயபால் Entry) நீ போடா போ... இது தாத்தா வாந்தி...

நீ போ. (தாத்தாவை பார்க்க விடாமல் பிடித்துக் கொண்டு...)

தாத்தா : யாரை போங்கறே? (திரும்பி பார்க்க; ஜெயபால் போய்விட) ஏண்டா மாது! யாரையும் காணும்? யாரை பாத்து போ போன்னே?

மாது : அது ஜெயபால்... தப்பா Entry கொடுத்துட்டான்.

தாத்தா : மாது! உன் கண்ணுக்கும் அவன் தெரிய ஆரம்பிச் சுட்டானா? மாது அது ஜெயபால் இல்லடா. என் கண்ணுக்குத்தான் தெரியறான்னு பாத் தேன். பாவி, எமன் பட்ட பகல்ல Public ஆ வர ஆரம்பிச்சுட்டானே?

மாது : அய்யோ... சும்மா இரேன்... நீ எதுக்கு இப்ப வாந்தி எடுத்து பிராணனை வாங்கற?

தாத்தா : என் பிராணன் போகப் போற பயம்டா. மாது! டைரிய பாத்ததுலேந்து இப்பல்லாம் உடம்பே சரி இல்லடா. பயத்துல வயத்தை புரட்டிண்டு வாந்தி வரது.

மாது : உக்காரு... ஒண்ணும் இல்லை உனக்கு... இந்தா... தண்ணி குடி...

ஜானகி குரல் : ஏன்னா இப்ப வாந்தி எடுத்தது யாரு?

மாது : தாத்தாடி.

ஜானகி : அவரை எதுக்கு இந்த வயசுல அனாவசியமா வாந்தி எடுக்கச் சொல்லி கஷ்டப்படுத்தறேள்?

மாது : வாயைப் பொத்திண்டு இரேண்டி.

தாத்தா : என்ன சொல்றா ஜானகி?

மாது : ஒண்ணும் இல்லை தாத்தா. உளர்றா.

உப்பிலி : (வந்து) என்ன இது ஏதோ வாந்தி சத்தம் கேட்டுதே?

மாது : அது தாத்தா எடுத்தார்... அது... பயத்துல பாவம், வாந்தி எடுக்கறா மாதிரி feeling.

உப்பிலி : நான் வேணா டாக்டரை கூப்பிடட்டா?

மாது : டாக்டர் வந்துட்டு போயாச்சு. திரும்ப வாந்தி சத்தம் வந்தா தான் வருவார்.

உப்பிலி : என்ன அத்திம்பேர் உளர்றேள்? சரி, நான் Phone பண்ணி டாக்டரை வரச் சொல்றேன்.

மாது : உப்பிலி வேணாம். ஒரே சமயத்துல ரெண்டு டாக்டர் வேணாம். நீ interviewகு கிளம்பற வழியைப் பாரு.

உப்பிலி : கிளம்பிகிட்டே இருக்கேன். ஜானகி காபி கேட்டேனே?

குரல் : உள்ளே சமயல்ரூம்ல வச்சுருக்கேன். எடுத்துக் குடி.

ஜானகி குரல் : ஏன்னா, நான் கிட்டத்தட்ட ரெடி, உப்பிலி போனப்பறம் வாமிட்டிங் சிக்னல் தாங்கோ.

உப்பிலி : நான் போனப்பறம் வாமிட்டிங் சிக்னலா? அது என்ன வாமிட்டிங் சிக்னல்? எனக்கு தெரிஞ்சு டிராபிக் சிக்னல்தான் உண்டு.

மாது : அது உப்பிலி... என்னதான் ஜானகி உன் தங்கையா இருந்தாலும் பொம்பளை இல்லையா? உன் எதிர்ல வாமிட் பண்ண வெட்கப்படறா... அதான் நீ போனப்பறம் சிக்னல் கொடுத்தா வாமிட் பண்ணலாம்னு.

உப்பிலி : என்னமோ நடக்குதுப்பா... தாத்தா கவனி!

(உப்பிலி உள்ளே Exit)

தாத்தா : மாது! என்னடா நடக்குது?

மாது : தாத்தா எது நடந்தாலும் அது உன் நல்லதுக்குத் தான் நடக்குது... நீ கவலைப்படாத தாத்தா... (உவ்வே... என்று குரல்; உப்பிலி Entry) என்னடா உப்பிலி?

உப்பிலி : வாமிட்டிங்... காபிலே சக்கரை போறலை. அங்க ஒரு டப்பால சக்கரை மாதிரி இருந்தது... போட்டு சாப்பிட்டேன்... புரட்டி எடுத்துடுத்து...

மாது : அது...

(ஜெயபால் Entry; மாது உப்பிலியை பிடித்து, ஜெயபாலை பாக்க விடாமல் செய்து) நீ போடா... போடா... போடான்னா...

உப்பிலி : யாரைப் போங்கறேள்?

மாது : போடா... போடா...

உப்பிலி : யாரை?

மாது : உன்னைத்தான்... Interviewக்கு போடாங்கறேன்... போடா...

உப்பிலி : இப்படி பிடிச்சு வச்சுண்டு போ போன்னா எப்படி போறது? விடுங்க...

மாது : போடான்னா... (ஜெயபால் போக) (மாது உப்பிலியை விட்டு) இப்ப போ.

ஜானகி குரல் : ஏன்னா, இது வரைக்கும் மூணு ஆச்சு, இப்ப வாந்தி எடுத்தது யாரு?

மாது : ம்... யார் யார் விக்கெட் எடுத்தாங்கற மாதிரி யார் யார் வாமிட் எடுத்தாங்கன்னு நான் என்ன இங்க கிரிக்கெட் காமெண்டிரியா சொல்றேன்? உப்பிலி நீ கிளம்பு interviewக்கு...

உப்பிலி : இல்லை அத்திம்பேர். நான் Interview போறதா இல்லை. கிளம்பறச்சவே அபசகுணமா வாமிட்டிங் வரது.

மாது : முண்டம். கிளம்பறச்சே தும்மல் வந்தா தான் அபசகுணம் - வாமிட்டிங் வந்தா நல்ல சுப சகுணம்... உப்பிலி, Interviewக்கு போடா!

(உப்பிலி தன் ரூமுக்குள் Exit)

தாத்தா : மாது! உப்பிலியை Interviewக்கு போக சொல் லுடா... அவனை குப்புசாமி வந்தா கத்துவான். ஆமாம், உன் மாமனார் குப்புசாமி எங்க?

மாது : மார்க்கெட்டு போயிருக்கார்.

தாத்தா : ஏன் இன்னும் வரலை?

மாது : என் தலையெழுத்து... மார்க்கெட்டுல வாமிட்டிங்

எடுத்துண்டுருக்காரோ என்னவோ! (உ...வ்வே குரல்; குப்புசாமி Entry)

குப்புசாமி : மாப்பிள்ளை சட்னு ஒரு டம்ளர் ஜலம் தாங்கோ. மார்க்கெட்டுலேந்து வர வழி எல்லாம் வாந்தி. (ஜெயபால் Entry)

மாது : போடா... போடா... (ஜெயபால் Exit)

குப்புசாமி : என்ன மாப்பிள்ளை மாமனாரை மரியாத இல்லாம போடாங்கறேள்...

மாது : போடா, ஆளுக்காள் வாந்தி எடுக்கறீங்க. யார் எடுக்கணுமோ அவ எடுக்கலை.

தாத்தா : என்னடா ஆச்சு குப்புசாமி உனக்கு?

குப்புசாமி : அது ஒண்ணுமில்ல சம்பந்தி... நேத்து ராத்திரி பூரா உப்பிலிக்கு Interviewக்காக Question and answers prepare பண்ணி சொல்லி கொடுத்தேன். கண் முழிச்சதுல பித்தம் - அதான் வாந்தி... உப்பிலி எங்க?

உப்பிலி : (வந்து) என்னப்பா?

குப்புசாமி : மூதேவி, உனக்கு சத்யமா வேலை கிடைக்காது. மாப்பிள்ளை, Englishல பயங்கரமா Spelling mistake பண்றான் பாருங்க... கேள்வி எழுதி தந்து பதிலை எழுத சொன்னேன். Who is the Father of the Nationனு? மகாத்மா வாந்தினு எழுதி இருக்கு. என்ன மாப்பிள்ளை?

மாது : வாயைத் தொறந்தா வாந்தி... ஜானகி! இனிமே நானும் நீயும் தான். நான் முந்திண்டா நேக்கு, நீ முந்திண்டா நோக்கு...

ஜானகி குரல் : உவ்வே... உவ்வே...

தாத்தா : ஜானகி குரல் மாதிரி இருக்கு? என்ன சத்தம்?

மாது : தாத்தா, ஜானகி குரலே தான். வாமிட்டிங் சத்தம்.

குப்புசாமி : வாமிட்டிங்கன்னா அப்ப?

மாது : அதேதான்.

குப்புசாமி : ஆமாம், அதேதான் மாப்பிள்ளை. எதேதான்?

மாது	:	சும்மா இருய்யா, அதெல்லாம் டாக்டர் சொல்வார். டாக்டரை எங்க காணும், காதுல விழலையா?
குப்புசாமி	:	எப்படி மாப்பிள்ளை இங்க வாந்தி எடுத்தா எங்கயோ இருக்கற டாக்டர் காதுல விழும்?
மாது	:	விழும் மாமா, கண்ட வாந்திக்கெல்லாம் வந்தானே, புலி வர கதையா அலுத்துப் போய் போயிட்டானா?
தாத்தா	:	பேசாம நிக்கறீரே! நீர் போய் ஒரு டாக்டரை கூட்டிண்டு வாங்கோ. நான் போய் ஜானகிக்கு என்னாச்சுன்னு பாக்கறேன்.
மாது	:	நீ உட்காரு தாத்தா. ஜானகி காதுல விழல போல இருக்கு. (உவ்வ்வே...)பரவால்லே நல்ல formக்கு வந்துட்டா போல இருக்கு, கேட்டவுடனே எடுக்கறாளே! (ஜெயபால் Entry) வாங்க டாக்டர். உப்பிலி, நீ போய் ஜானகியை அழைச்சிட்டு வா.
உப்பிலி	:	அத்திம்பேர் இது...
மாது	:	ஜெயபால் இல்லை, போடா...
குப்புசாமி	:	மாப்பிள்ளை, இது பால்கார ஜெயபால்.
மாது	:	(தள்ளி இழுத்து) இது ஜெயபால்தான். டாக்டரா நடிக்கறான். உம்ம பொண்ணு பிரக்னெண்டுன்னு சொல்வார். ஏதாவது பேசினீர் உப்பிலிக்கு மட்டு மில்ல உங்க பொண்ணுக்கும் வேலை பூடும். தள்ளிவச்சுடுவேன்.
தாத்தா	:	டாக்டர்... உங்களை எங்கயோ பார்த்தா மாதிரி இருக்கே... பால்கார ஜெயபால் மாதிரி இருக்கே... குப்புசாமி தெரியுதா இந்த தண்ணில பால் கலந்து ஊத்துவானே...
ஜெயபால்	:	தோ பார். பால்காரன்னு சொல்லு... பொறுத்துக்க றேன்... தண்ணில பால் கலக்கறவன்னு சொன்னே டின் கட்டிடுவேன்.
மாது	:	அய்யோ தாத்தா, இது டாக்டர் ஜெயபாலோட

பிரதர் - தர்மராஜன்னு பேரு... Twin Brothers - ரெண்டு பேரும் ரெட்டை.

தாத்தா : ஜெயபால் மாதிரி உசரமா இருக்கான்.

மாது : ரெட்டை அதே சமயம் நெட்டை. நீ பால்ல தண்ணி ஊத்தறேன்னு ஜெயபாலை சொன்னதும் அவனோட பிரதருக்கு கோபம் வரது...

ஜெயபால் : ஒரு தட்டு தட்டினா close ஆயிடுவே...

மாது : தாத்தா... டாக்டர்கிட்ட முறைக்காதே... டைரிப் படி ஒரு வருஷம்தான் உனக்கு. அதையேன் furtherஆ நீயே குறைச்சுக்கற. இது டாக்டர்... டாக்டர் உங்க பேர் என்ன?

ஜெயபால் : எம்பேர் ஜெயராஜ்.

தாத்தா : ஜெயராஜ் இல்ல ஜெயபால்.

மாது : இல்லை டாக்டர் வேற ஏதோ ராஜ்னு வருமே! திடீர்னு வந்ததுல குழம்பி தன் பேரையே தப்பா சொல்றார். ஏதோ தர்மனு ஆரம்பிச்சு ராஜ்னு முடியுமே?

ஜெயபால் : ஆ, தர்மராஜ்.

மாது : உங்க இனிஷியல்?

தாத்தா : இன்ஷியல்லாம் எதுக்குடா கேக்கறே...

ஜெயபால் : ஆ... N.M தர்மராஜ்.

மாது : எப்பப் பாரு... தலைகீழா சொல்றீங்களே- M.N.தர்மராஜா?

ஜெயபால் : அ... ஆமா...

மாது : தாத்தா. M.N.தர்மராஜன். காதுல எமன் தர்மராஜன்னு விழலை?

தாத்தா : எமதர்மராஜனா? (பயந்து)

(உப்பிலி with ஜானகி Entry)

மாது : வா ஜானகி, பாத்து வா, என்னம்மா வாந்தி எடுத்தியா?

ஜானகி : ஏன், சத்தம் வரலை?

மாது : சத்தம் வந்தது, சத்தம் வந்தது.

ஜானகி : மூணு தடவை வாமிட் எடுத்தேனே?

உப்பிலி : மூணு தடவையா? ஜானகி ரெண்டு தடவை தானே வாமிட் பண்ணா?

ஜானகி : ஒரு தடவை காதுல விழுந்துருக்காதுடா. லேசா எடுத்தேன்.

மாது : பரவால்லே வுடு... மூணு தடவை எடுத்துருக்கா... ஓ ரெண்டு vomit ஒண்ணு omit... டாக்டர் மச மசன்னு நிக்கறேளே... என் wife வாமிட் பண்ணி இருக்கா. ஏன்னு பாத்து சொல்லுங்க.

ஜெயபால் : தோ... வந்துட்டேன்...

மாது : ஸ்... டாக்டர் என் wife வாந்தி எடுத்துருக்கா. ஜானகி, வாமிட்டிங் தலை சுற்றல் இருந்துதா?

ஜானகி : தலைசுற்றலா? அதெல்லாம் நீங்க சொல்ல லையே?

மாது : உனக்கு தெரியாம சுத்தி இருக்கும். டாக்டர் தலை சுற்றல் வாமிட்டிங்... ஒரு வேளை அதுவா... இருக்குமோ?

ஜெயபால் : அதேதான்.

உப்பிலி : எதேதான்?

மாது : டாக்டர் அந்த அதேதான்... எதேதான்னு உங்க வாயாலயே சொல்லிடுங்க.

ஜெயபால் : இங்க வா... வாய்ல நுழைய மாட்டேங்கிது. அது என்ன? மாக்னெட்டா?

மாது : முண்டம்... மாக்னெட் இல்ல பிரக்னெண்ட் (வந்து) டாக்டர் எதுக்கும் பல்ஸ் பாத்து சொல்லுங்களேன்.

ஜெயபால் : பல்ஸ் பாத்தா... அம்மா, வாயைத் தொற.

மாது : நாடி... நாடி பாத்து...

ஜெயபால் : கொஞ்சம் கைய குடும்மா.

(நாடியை பிடித்துப் பார்த்து) அதேதான்... தோ பாரும்மா நீ பிரக்னெண்ட்.

மாது : அப்படியா? டாக்டர் என் தாத்தாகிட்டயும் சொல்லுங்க.

ஜெயபால் : தாத்தா, நீங்க பிரக்னெண்ட்.

தாத்தா : ஜானகி பிரக்னெண்ட்டா? டாக்டர் confirmedடா சொல்றீங்களா?

ஜெயபால் : இந்த தர்மராஜன் சொன்னா சொன்னதுதான். அப்பால பால் மாற மாட்டான்.

உப்பிலி : பால் மாறமாட்டானா?

தாத்தா : டாக்டர், ஜானகிக்கு எப்ப குழந்தை பொறக்கும்?

ஜெயபால் : கரெக்டா பத்து மாசத்துல கன்னு போட்டுடுவாங்க.

உப்பிலி : என்னப்பாது? பால்மாற்றது, கன்னு போடறது, பேச்சே சரியா இல்லையே...

மாது : அவர் நாட்டு வைத்தியர்.

உப்பிலி : பேச்சைப் பார்த்தா மாட்டு வைத்தியர் மாதிரினா இருக்கு?

தாத்தா : சும்மா இருடா உப்பிலி. டாக்டர் ரொம்ப தாங்க்ஸ். நீங்க என் வயத்துல பாலை வாத்தீங்க. மாது, ஜானகியோட பிரசவத்தை Madrasல நல்ல first class nursing homeஆ பாத்து வச்சுடுவோம்.

மாது : அய்யய்யோ, Madrasலயா? டாக்டர் அதெ சொல்லலையே?

டாக்டர் : எதெ? ஆ... தோ பாருங்க... அம்மா வீக்கா இருக்காங்க. பத்து மாசம் complete ரெஸ்ட் தேவை.

மாது : கரெக்ட்... எதனா கிராமத்துக்கு போய் இருந்தா O.K. வா?

டாக்டர் : கிராமம்... கரெக்ட்... மறந்துடுச்சு. பிரசவத்தை சிங்கபூர் பெருமாள் கோவில்ல வச்சுடலாம்.

மாது : அது சிங்கபூர் பெருமாள் இல்லையா... சிங்கபெருமாள்... இதெல்லாம் ஏன் நீ கம்மிட் பண்ணிக்கற?

காட்சி 7

இடம்: சீனாதானா கிராமத்து வீடு

(மாது Entry with Bag)

மாது : சீனாதானா... சீனாதானா...

(ஜானகி Entry)

ஜானகி : அடடே... நீஹளா... வாவே... எப்ப வந்திஹ பட்டணத்துலேந்து?

மாது : என்னடிது... வாவே உவேன்னு... என்னாச்சு உனக்கு?

ஜானகி : எனக்கு இந்த பத்து மாசம் கிராமத்துல இருந்து இருந்து அந்த பேச்சு வந்துடுத்து. ஆமாம், என்ன டயர்டா இருக்கீங்க. மெட்ராஸ்லேந்து சிங்கபெருமாள் கோவில்வரை நடந்தே வந்துட்டீங்களா?

மாது : நடந்து வந்திருந்தா கூட இவ்வளவு டயர்டா ஆயிருக்க மாட்டேன். கண்றாவி ரயில்வே ஸ்டேஷன்லேந்து ஜட்கா வண்டி... சாரி... அந்த குதிரை ராஜா தேசிங்கோடது போல இருக்கு - அஞ்சு நிமிஷம் ஓடறது சாதுவா - அப்புறம் திடீர்னு ஒரு வீரம். அஞ்சு நிமிஷம் நின்னு ரெண்டு காலையும் தூக்கி வண்டியை குடைசாய்ச்சுடறது. இது மாதிரி 300 அடி போறதுக்குள்ள ஹரியானா பம்பர் லாட்டரி மாதிரி என்னை குலுக்கி எடுத்துடுத்து.

ஜானகி : வண்டில வந்ததுக்கு Pantலாம் ஏன் சேறும் சகதியுமா இருக்கு?

மாது : ஒரு stageக்கு அப்புறம் ஜட்கா வண்டி போகாதாம், நடந்து போன்னுட்டான். நடந்தேன். எங்க காலை வச்சாலும் சேறு - pantலாம் சேறு.

ஜானகி : ஆமாம், மெட்ராஸ்ல உப்பிலியும் தாத்தாவும் எப்படி சௌக்யமா இருக்காளா?

மாது : ம்... பத்து மாசமாச்சு News காணும்னு

நான் பாக்கவந்தேன். தாத்தாவுக்கு தெரிஞ்சா நானும் வரேம்பார். அதான் ஆபீஸ் டூர்னு பொய் சொல்லிட்டு, உப்பிலியை தாத்தாவுக்கு துணைக்கு இருக்க சொல்லிட்டு வந்துட்டேன். ஆமாம், உங்கப்பன் எங்க?

ஜானகி : அவர் வெளில போயிருக்கார்.

மாது : சீனாதானா... (கோலப்ப மருது with அரிவாள் Entry) யார் இது?

ஜானகி : மைதிலி ஆச்சியோட மூத்த புள்ளே.

மருது : அப்பச்சி, யாரோ வந்துருக்காக.

சீ.தானா குரல் : எவனான கூறுகெட்ட கபோதிப்பய வருவான்... போகச் சொல்லுடா... போவமாட்டேன்னான்னா கைல உள்ள அரிவாளால ஒரு போடு போடு...

மாது : பைத்தியம்... வெட்டி கிட்டி வச்சுடாத. யோவ்! சீனாதானா வெளில வாய்யா...

(சீனாதானா - மைதிலி Entry)

சீனாதானா : அடடே நம்ப மானாதூனா... எப்படி இருக்கீக? இது நம்ம மூத்த புள்ளை - பேர் சொன்னீயாடா அய்யாக்கு?

மருது : போ நயினா வெக்கமாயிருக்கு.

மாது : பையனுக்கும் வெக்கமா? அடச்சே...

சீனாதானா : பையன் பேரு கோலப்ப மருது.

மாது : கோலப்ப மருது... கோனா மானாவா? அப்பனே கோனா மானா, அந்த கைல இருக்கற அனாருனாவை அப்படி வச்சுடேன், பயமாயிருக்கு அப்புறம் வரச்சே Pantலாம் சேறு சகதியாயிடுத்து... கழுவிக்கணும். ஏம்மா, குழாய் எங்க இருக்கு?

மைதிலி : குழாயா - அதான் போட்டுருக்கிகளே?

மாது : என்னடி சொல்றா?

ஜானகி : குழாய்னா pantங்க... அவங்களுக்கு pantனா புரியாது. இங்கல்லாம் கார்ப்பரேஷன் குழாய்லாம்

கிடையாது. ஆத்துல போய் குடத்துல தான் தண்ணி பிடிச்சுண்டு வரணும். நான் போய் தண்ணி பிடிச்சுண்டு வர்றேன். ஏம்மா குடம் இருக்கா?

மைதிலி : இருபுள்ள, நான் உள்ள போய் குடம் எடுத் தாரேன்.

மாது : நீயே போய் எடுத்துக்கோயேண்டி. அவளை ஏன் சிரமப்படுத்தறே? உனக்காக குழந்தையை தான் சுமக்கணும்... குடத்தையும் அவதான் சுமக்கணுமா? அப்புறம் சீனாதானா, என்னப்பா? நானும் குழந்தை பொறந்தாச்சுன்னு தந்தி வரும்னு Madrasல wait பண்ணேன். என்னாச்சு, ஏம்மா இன்னியோட பத்து மாசம், பத்து நாள் ஆறது.

மைதிலி : தோ பாருங்க... எனக்கு போன வாரமே பிரசவ வலி வந்தது. இவர் தான் வலியை பொறுத்துண்டு, அடக்கிக்க புள்ள பெத்துகித்து வச்சுடாதேன்னு தடுத்தார்.

மாது : ஏன் சீனாதானா?

சீனாதானா : பின்ன என்னங்க, நாம பேசினது என்ன 50000 ரூபா? 25000ரூபா தந்துட்டீங்க, மீதி 25000ரூபா குழந்தை பொறக்கறதுக்கு முன்னாடி தரேன்னீங்க இல்லை? தரலையே, பணத்தை வையுங்க; பத்தே நிமிஷத்துல குழந்தை டெலிவரி...

மாது : யோவ்... என்னய்யா இது, parcel delivery மாதிரி கறாரா பேசறே? இந்தா இந்த பெட்டியில 15000 ரூபா இருக்கு.

சீனாதானா : மீதி 35000 ரூபா.

மாது : தரேன்யா...

சீனாதானா : தோ பாருங்க.. இன்று கடன் நாளை ரொக்கம்லாம் நமக்கு சரிபடாது. அதான் தாத்தா உங்க பேர்ல 10 லட்சம் எழுதப்போறாரே...

(ஜானகி Entry குடத்துடன்)

மாது : இவன் கிட்ட சொல்லாதடினேன்... எல்லாம் இவளால...

ஜானகி : நான் வேற எதுவும் சொல்லலை. தாத்தாகிட்ட இருக்கற 10 வேலி புஞ்சை, 5 வேலி நஞ்சை, இதப் பத்தில்லாம் மூச்சு கூட விடலை.

சீனாதானா : 10 வேலி புஞ்சை, 5 வேலி நஞ்சையா? அந்த மீதி 25000 ரூபாய்ல 15000 ரூபாய் போக மீதி 10000 ரூபாய்க்கு தாத்தா கிட்ட சொல்லி நெலமா வாங்கித் தந்துடுங்களேன்.

மாது : போ... போய் ஆத்துல தண்ணி எடுக்கறச்சே அதே ஆத்து தண்ணில நம்ம சொத்தை எல்லாம் தாரைவார்த்து குடுத்துடு... (ஜானகி Exit) சீனாதானா, நீ ரொம்ப Exploit பண்றே. நாம பேசினது 50தான்.

சீனாதானா : இருங்க, நாம பேச வேண்டியது நெறைய இருக்கு... புள்ள அந்த லிஸ்டை எடு.

மாது : Listடா?

சீனாதானா : ம்... பாருங்க, படிக்கறேன். 50000ரூபா குழந்தையை உங்ககிட்ட ஆறுமாசம் விடறதுக்கு... அப்புறம் 7வது மாசம் மைதிலிக்கு வளைகாப்பு, சீமந்தம் நடத்தினேன். அதுக்கு 50000ரூபா ஆயிடுத்து...

மாது : வளைகாப்பு, சீமந்தமா... யோவ்... அதெல்லாம் மொத குழந்தைக்கு தான்யா செய்வாங்க. இப்ப நீ பெத்துக்கப் போறது 17வது குழந்தை.

மைதிலி : இதுவரை பெத்த 16 எங்களுக்காக... 17வது உங்களுக்காக பெத்துக்கறது. அப்படி வச்சுப் பாத்தா, உங்களை பொறுத்தவரை இது மொதல் குழந்தைதானே? அது நல்லபடியா பொறக்க வேணாமா? அதான் வளைகாப்பு, சீமந்தம்... நாங்க இதெ சொல்லலே. ஊர் பெரியவங்கள்ளாம் தான்... அதான் அவங்களை கூப்பிட்டு சாப்பாடு போட்டதுல 50000 ஆயிடுத்து.

மாது : ஊர் பெரியவங்கள்லாம்னா... அப்ப நீ பெத்து எனக்கு தரப் போறதை கிராமம் பூரா தம்பட்டம் அடிச்சுட்டியா?

சீனாதானா : நான் சொல்லிட்டேனே. தோ பாருங்க. இந்த விஷயத்தை ரகசியமா வச்சுக்குங்க, அப்படியே பட்டணம் போனாலும் No.7 ராஜா அண்ணாமலைபுரம் போய் இருக்கற மானாதூனா தாத்தாகிட்ட சொல்லிடாதீங்கன்னு சொல்லிட்டேனே.

மாது : எங்க வீட்டு அட்ரஸ்லாம் சொல்லிருக்கே?

மைதிலி : ஏனுங்க... அதெ வுட்டுட்டீங்களே? சுமை கூலி...

மாது : சுமை கூலியா?

மைதிலி : உங்களுக்காக இந்த பத்து மாசம் சுமந்தேனில... அதுக்கு சுமை கூலி... மாசத்துக்கு 100ரூபா- 10மாசம் 1000ரூபா.

மாது : சட்னு பெத்துக்கோமா... அப்புறம் லக்கேஜ் சார்ஜ் போட்டா மாதிரி வெய்யிட் சார்ஜ்லாம் போட்டு வக்கப்போற.

சீனாதானா : முக்யமான சமாசாரம் குழந்தையோட நாங்களும் மெட்ராஸ் வருவோம்.

மாது : எதுக்கு?

சீனாதானா : நாங்க உங்க வீட்டுல அந்த ஆறு மாசம் தங்கு வோம்.

மாது : வேற வினையே வேணாம்... நான் முதல்ல நீங்க ரெண்டு பேரும் சாதுவான கிராமத்து ஆளுங்கன்னு நெனைச்சேன்... சான்ஸ் கிடைச்சா ஒரு புள்ளை பெத்துட்டு ஊரையே வெலைக்கு வாங்கிடுவீங்க... மெயினா எங்க தாத்தா பயங்கரமா குடையற கேஸ். நீங்க ஏதாவது உளறி வச்சீங்க, அப்புறம் எல்லாம் அம்பலமாயிடும். சொந்து வருதோ இல்லீயோ, CBI டயரிப்படி தாத்தா பூடுவார்.

சீனாதானா : என்னங்க எங்க புள்ளை எங்க கண் பார்வையில வளரணும்...

மாது : அப்ப ஒண்ணு பண்றேன். எங்க எதிர் வீட்டு போர்ஷன் காலியா இருக்கு. அங்க உங்களை குடிவச்சு கைல ஒரு பைனாகுலரையும் தந்துட றேன். அது வழியா பாருங்க கண்பார்வைல குழந்தை வளர்றதை. மறந்து போயும் எங்க வீட்டுக்குள்ள தாய் தந்தை பாசத்துல நுழைஞ்சுடாதீங்க. தாத்தா கண்டுகிட்டார்னா அவர் Closeசோ இல்லியோ, நான் close.

(குப்புசாமி Entry)

குப்புசாமி : மாப்பிள்ளை நீங்க close.

மாது : என்ன மாமா?

குப்புசாமி : தாத்தாவும் உப்பிலியும் கிராமத்துக்கு வந்துருக்கா... என் வீட்டுக்கு போய் இருக்காங்க. அங்க விசாரிச்சுட்டு இங்க வந்துண்டுருக்காங்க...

மாது : அய்யோ எதுக்கு வராங்கன்னு நீங்க விசாரிச் சேளா?

குப்புசாமி : நீங்க வேற... என்னை எங்க அவங்க பாத்துடப் போறாங்களோன்னு மறஞ்சுக்க இடம் தேடி னேன், கிடக்கலை... தடால்னு பக்கத்துல இருந்த கிணத்துல குதிச்சுட்டேன். தாத்தா பாக்கலே, உப்பிலிதான் பாத்தா மாதிரி இருந்தது.

மாது : உப்பிலி ஏற்கனவே சந்தேகப் பேர்வழி. இப்போ, தாத்தா வந்தா, ஜானகி பிரக்னென்ட் இல்லேங் கறது தெரிஞ்சு போயிடுமே.

குப்புசாமி : என்ன இப்போ? தாத்தா எதிர்ல ஜானகியை பிரக்னெண்ட்டா நடிக்க சொல்லிடுவோம்.

மாது : மாமா, தாத்தா பாக்க வர்றாரு... பத்து மாச ஜானகியை... வாயும் வயறுமா இருக்கணுமே? அ... இப்படி பண்ணா என்ன? ஜானகி வயத்தை சுத்தி துணிலாம் சுத்திக்க செய்திடுவோம். இந்த சினிமாவில பிரக்னெண்ட்டா நடிக்கறதில்லையா? அது மாதிரி...

சீனாதானா : நல்ல ideaங்க.

மாது : அய்யோ இப்ப தாத்தா சீனாதானா wifeஐ பாத்தா, இவ ஏன் பிரக்னெண்டா இருக்கான்னு கேட்டா? ஜானகிக்கு துணியெ வச்சு சுத்திடலாம். சீனாதானா எனக்காக எங்க தாத்தா போறவரை, உன் wifeஐ வயத்துல இருக்கற துணியை எடுத்துட சொல்லேன்.

சீனாதானா : யோவ், அவ மெய்யாலுமே பிரக்னெண்ட்யா?

மாது : Atleast எங்க தாத்தா வந்து போறவரை உன் wifeஐ தலைமறைவா இருக்கச் சொல்லேன்.

சீனாதானா : எங்க வீட்டுலேயே என் சம்சாரம் தலைமறைவா இருக்கணுமா?

மாது : சரி சரி புரியறது. இதர செலவுக்குனு போட்டு ஒரு நூறு எழுதிக்கோ.

சீனாதானா : நீ உள்ள போ புள்ள. (Exit)

குப்புசாமி : மாப்பிள்ளை, மசமசன்னு நிக்காதேள். ஜானகியை கூப்பிட்டு துணியை சுத்திக்க சொல்லுங்க.

சீனாதானா : அதான் தண்ணி எடுக்க ஆத்தங்கரைக்கு போயிருக்கே குடத்தோட.

மாது : மாமா, வேற வழியில்ல. தாத்தா வந்து ஜானகி எங் கேன்னு கேட்டா, தண்ணி எடுக்க ஆத்தங்கரைக்கு போனவ, ஆத்தோட போயிட்டாள்னுடலாமா? அ... கரெக்ட்... சீனாதானா எதான துணி இருந்தா தா. நான் பின் பக்கம் வழியா ஆத்தங்கரைக்கு போய் ஜானகியை பத்து மாசக்காரி மாதிரி வரச் சொல்றேன். துணியிருக்கா?

சீனாதானா : பத்து மாசத்துக்கு இல்லை. இருக்கற துணில 7,8 மாசம் தேறும். நாங்கள்லாம் ஏழைங்க.

மாது : அழாதய்யா, அந்த துணிக்கு சேர்த்து துட்டு தர்றேன். நீ ஏழையா? தாத்தா வந்துட்டு போறதுக் குள்ள லட்சாதிபதியா ஆயிடப் போறே. மாமா, தாத்தா வந்தா சமாளிங்க... சீனாதானா, வா.

(Exit)

(உப்பிலி Entry)

குப்புசாமி : வாடா உப்பிலி. தாத்தா எங்க?

உப்பிலி : தாத்தா வந்துருக்கார்னு உனக்கெப்படி தெரியும்?

குப்புசாமி : அது...

உப்பிலி : So, அப்ப கிணத்துல குதித்தது நீதான். உன்னை மாதிரி யாரோ குதிச்சதைப் பார்த் தேன், இப்ப confirmed... எங்களை பாத்துட்டு ஏன் கிணத்துக்குள்ள குதிச்சே?

குப்புசாமி : என்னடா... பெத்த அப்பனையே துருவி, துருவி கேட்டு ஆழம் பாக்கறே?

உப்பிலி : நான் ஆழம் பாக்கறது இருக்கட்டும். நீயேன் கிணத்துக்குள்ள குதிச்சு ஆழம் பாத்தே? (பெட்டி எடுத்து...) அத்திம்பேரோட பெட்டி... இது எப்படி இங்க வந்தது?

மாது : (வந்துகொண்டே)மாமா... No use... ஜானகி தெரு முக்குல வந்துண்டுருக்கா. தாத்தா வந்துட்டா நாம close. (உப்பிலியை பார்க்காமலேயே...)

குப்புசாமி : உப்...உப்...புளி...புளி...

மாது : என்ன உப்பு புளின்னு (உப்பிலியை பார்த்து) உங்கப்பன் உளர்றான்? (Late reactions) உப்பிலி... உப்பிலி வந்தாச்சு...

உப்பிலி : எங்க போயிருந்தேள்?

மாது : இது... துணி எடுக்கப் போயிருந்தேன்.

உப்பிலி : ஜானகி...

மாது : அவ தண்ணி எடுக்க போயிருக்கா...

உப்பிலி : ஜானகி! நிறைமாச கர்ப்பிணி! பத்து மாசம் ஆறது! அவளை போய் தண்ணி எடுக்க ஆத்தங்கரைக்கு அனுப்பினது தப்பில்லையா?

மாது : தப்புதான்... தப்புதான்...

உப்பிலி : O.K நீங்க என்ன துணி எடுக்க உள்ளே போனேள்? வீட்டுக்குள்ள ஜவுளிக்கடையா?

மாது : ஆ... என் pant சேறு ஆயிடுத்து... அதான் மாத்து துணி எடுக்க...

(சீனாதானா துணிகளை பந்தாக சுருட்டி வயிறு பக்கம் பிடித்த படி வந்து...)

சீனாதானா : மாது தம்பி! இந்த சைஸ் சரியா இருக்குமா பாருங்க. 10 மாசம்னு சொல்ல முடியாட்டியும், 7,8 சொல்லலாமில்ல. (உப்பிலியை பார்த்து...) அடடே வாங்க! பிரயாணமெல்லாம் எப்படி? சவுகரியமா இருந்துச்சா? உட்காருங்க...

உப்பிலி : என்னது? ஆளுக்காள் துணியோட சுத்தறீங்க? இது யாரு?

மாது : சீனாதானா...

சீனாதானா : மாது தம்பி! கேக்கறேன்னு தப்பா நெனைக்கக் கூடாது. உங்களைவிட உங்க தாத்தா வயசுல சின்னவரா!

மாது : என்னய்யா சொல்றே?

சீனாதானா : தாத்தான்னு சொன்னீங்க... படுஷோக்கா இருக்காக. Pant குழாய்லாம் போட்டுகிட்டு இளமை ஊஞ்சலாடுது.

மாது : ஐய்யோ, இது தாத்தா இல்லை, மச்சான்.

சீனாதானா : மச்சானா? அப்ப உங்க பாட்டி வயசுல சின்ன வங்களா?

மாது : என்ன சொல்ற?

சீனாதானா : பாட்டியோட தம்பிதானே உங்க தாத்தாவோட மச்சான்?

மாது : யோவ்! இது என்னோட மச்சான்யா.

உப்பிலி : அத்திம்பேர்... ஆபீஸ் டூர்னு பொய் சொல்லிட்டு நீங்க மட்டும் கிராமத்துக்கு ஜானகியை பாக்க வந்துட்டேளே? எனக்கு அப்பவே சந்தேகம் அத்திம்பேர் Accounts manager அவருக்கு எப்படி டூர் வரும்னு... டூர்லாம் sales managerக்குத்தானே?

குப்புசாமி : உப்பிலி... பரவாயில்லேயே... Accounts manager, Sales managerனு Designationலாம் சரளமா தெரிஞ்சு வச்சிருக்கீயே... மாப்பிள்ளை,

ஏன் இன்னும் உப்பிலிக்கு வேலை கிடைக்க மாட்டேங்குது?

மாது : சும்மா இருய்யா, ஜானகி வேறே on the way.

உப்பிலி : என்ன, ஜானகி on the wayயா?

மாது : On the wayனா On the family way பிரக்னெண்ட் மாமா! உப்பிலியை அழைச்சுண்டு போய், காப்பி வாங்கித் தாங்களேன்.

குப்புசாமி : காபி எப்படி மைதிலி ஆச்சியை கேக்கட்டுமா?

உப்பிலி : அது யாரு? மைதிலி ஆச்சி?

சீனாதானா : நம்ம பிரக்னெண்டு...

மாது : சும்மா இருய்யா... மாமா! உப்பிலியை உள்ளே அழைச்சுண்டு போங்க... ஜானகி will be arriving soon at platform No. (ஜானகி குடத்துடன் Entry)

உப்பிலி : ஒரு நிமிஷம்... அப்பா... அத்திம்பேர்... இப்ப குடத்துடன் போறது ஜானகிதானே? ம்... மாட்டிக்கிட்டீங்க... பார்த்தா பிரக்னெட் மாதிரி இல்லையே! ம்... மாட்டிக்கிட்டீங்க.

மாது : பைத்தியம், பிரக்னென்ட் தான். குடம் மறச்சுடுத்து.

உப்பிலி : அப்படியே இருந்தாலும் ஒரு பத்து மாசம் நிறை மாத கர்ப்பிணி எப்படி இப்படி P.T.Usha கணக்கா ஓடமுடியும்? ம்... மாட்டிக்கிட்டீங்க.

குப்புசாமி : மூதேவி! போய் கைகாலை அலம்பிக்கற வழிய பாரு... போடா...

உப்பிலி : Madrasல அந்த வீட்டுலதான் என்னவோ நடக்குதுன்னு பார்த்தா இங்கயும் என்னவோ நடக்குது... மாட்டிக்கிட்டீங்க...

(குப்புசாமி உப்பிலியை தள்ளி செல்ல Exit)

மாது : ஜானகி...! ஜானகி...

ஜானகி : (வந்து) என்னன்னா, உப்பிலி வந்து இருக்கான்?

மாது : தாத்தாவும் வந்துருக்கார்.

ஜானகி : அய்யய்யோ...

மாது : அறிவு கெட்டவளே... நீ இப்ப நெறைமாச கர்ப்பிணி. உப்பிலி எதிர்ல நிதானமா நடக்கறதெ விட்டுட்டு, என்னமோ நாய் துரத்தறா மாதிரி ஓடறீயே. இந்தா துணி... சீனாதானா இதெயும் குடு... ரெண்டும் சேர்த்தா பத்து மாசம் தேறும்.

ஜானகி : எதுக்கு?

மாது : தாத்தா வரச்சே நீ 10 மாசம்னு தெரிய வேணாமா? இதை சுத்திக்க போ.

(ஜானகி Exit)

மாது : யோவ் சீனாதானா! நீயேன்யா உப்பிலி கூட பேச்சு குடுத்து தாலிய அறுக்கறே. தோ பார் இனிமே நீ ஒண்ணும் பேசாத. வாயை தொறந்தா உளர்றே. தாத்தா, உப்பிலியை விட டேஞ்சர். வண்டு மாதிரி குடைவார். தாத்தா எது பேசினாலும் நீ பேசாத... நான் ஜானகி ரெடியான்னு பாத்துட்டு வரேன். தாத்தா கிட்ட பேசாத... என்ன?

(பேசலை என்று சைகை காட்ட)

மாது : கரெக்ட்...இதே மாதிரி இருந்துடு, நான் வரேன்... (உள்ளே exit)

தாத்தா : நமஸ்காரம்... நான் மாதுவோட தாத்தா... நான் குப்புசாமி... ஜானகி அப்பா... வீட்டுக்கு போயிருந்தேன். ஜானகி, யாரோ சீனாதானா, வீட்டுல இருக்கறதா சொல்றாங்க. அது யார் சீனாதானா?

(சீனாதானா மாரில் தட்டிக் காட்ட) நீங்க தான் சீனாதானாவா? கல்யாணம் ஆயிடுச்சா? (ஆமாம் என்பது போல் தலையசைக்க) ஆயிடுச்சா? குழந்தைங்க உண்டா? (பல தடவை தலையாட்டுகிறான்) எதுக்கு குழந்தை இருக்கான்னு கேட்டதுக்கு இவ்வளவு பயங்கரமா தலை ஆட்டறேள்? ஏன் பேச மாட்டேங்க றேள்? பாஷை தெரியாதா? சீனாதானான்னா

சைனாகாரரா நீங்க? இல்லையா ஏதான மௌன விரதமா?

மாது : (வந்துகொண்டே) வா தாத்தா...

தாத்தா : வாடா ராஸ்கல்... ஜானகியை குழந்தை பொறக்கற வரை யாருமே பாக்கக் கூடாதுன்னு டாக்டர் சொல்லியிருக்கார்னு சொல்லிட்டு, நீ மட்டும் ஆபீஸ் டூர்னு பொண்டாட்டியை பாக்க வந்துட்டியா? உனக்கு பொண்டாட்டியை பாக்க ஆசையா இருந்தா, எனக்கு என் மாட்டுப் பொண்ணை பாக்க ஆசையா இருக்காதா? அதான் வந்துட்டேன்.

மாது : சீனாதானாவும் நீயும் பேசிண்டுருந்தேளா?

தாத்தா : எங்க, நான்தான் பேசினேன். அவன் ஒரு வார்த்தை பேசலை.

மாது : சீனாதானா பேசலையா?

(இல்லை என்று தலை ஆட்ட...)

தாத்தா : ஏன் பேச மாட்டேங்கறார்?

மாது : சீனாதானா சொல்லிடட்டுமா? (தள்ளி) adjust பண்ணிக்கிறீயா? (ஒரு மாதிரி என்ன adjust என்பது போல் பார்க்க) அது தாத்தா, சீனாதானா பேசமாட்டார். Yes சீனாதானா ஊமை.

(சீனாதானா மாதுவை இழுத்து adjust செய்ய)

தாத்தா : அட பாவமே! சாரிப்பா சீனாதானா... நான் பாவம் இவன் ஊமைன்னு தெரியாம பேசிண்டே போனேன்.

மாது : பாவம் பிறவி ஊமை.

தாத்தா : எனக்குத் தெரியாது சார்.

மாது : அவருக்கே தெரியாது. சீனாதானா, நீயாவது சொல்லக்கூடாது? நான் ஊமை சார் எனக்கு பேச்சு வராதுன்னு. பாவம். இதுகூட சொல்ல தெரியலே. ரொம்ப வெகுளி... ஊமை.

தாத்தா : ஏண்டா நான் குழந்தை பொறந்தாச்சானு கேட்டதுக்கு ராட்சஸத்தனமா பலமா கூடவே தலை ஆட்டினானே, என்ன அர்த்தம்?

மாது : 16 தடவை தலைய ஆட்டிருப்பானே! (sideல) சீனாதானா, பிரமாதமா நடிக்கறே. தாத்தா எதிர்ல இதே மாதிரி பேசாம இரு.

சீனாதானா : தாத்தா எதிர்ல பேசாம இருந்துடறேன். உன் மச்சான் உப்பிலி எதிர்ல?

மாது : அவன்கிட்டயும் ஊமையா நடிச்சுடு...

சீனாதானா : உப்பிலி கூட ஏற்கனவே பேசியாச்சே! அதெல் லாம் இப்ப எப்படி அழிக்கறது?

மாது : அட கண்றாவியே! சரி, தாத்தா கிட்ட பிறவி ஊமை. உப்பிலிகிட்ட திடீர் ஊமை.

தாத்தா : என்னடா மாது?

மாது : எனக்கு ஓரளவு ஊமை பாஷை தெரியும். அவன் உதட்டு அசைவ வச்சு என்ன சொல்றான்னு பாத்தேன்.

தாத்தா : ஆமாம், அது என்ன 16 தடவை தலை ஆட்டினான்?

மாது : தாத்தா, சீனாதானாவுக்கு 16 குழந்தைங்க.

தாத்தா : (அதிர்ந்து) 16ஆ?

மாது : அதான்... ஜானகி பிரசவத்தை அவங்க அப்பா வீட்டுக்கு பதிலா இங்க வச்சேன். ரொம்ப ராசியான வீடு தாத்தா இது. வீட்டுக்கு பிரசவ ராசி ஜாஸ்தி! 16 குழந்தைங்க பிறந்த வீடு. நம்ம வீட்டை Englishல Homeனா சீனாதானா வீடு Nursing Home.

தாத்தா : ஏதோ ஜானகி பிரசவம் நல்லபடியா நடந்தா சரி... ஆமாம், எங்க என் மாட்டுப் பொண் ஜானகி? கை கால்லாம் சேறு. (தாத்தா Exit)

மாது : நீ போய் சாப்டுட்டு வா... அதுக்குள்ள ஜானகி ரெடியாயிடுவோ... என்ன சீனாதானா, ஏன்

லேட்டு, ஜானகி ரெடியாவலையா?

(சீனாதானா ஏதோ சைகை செய்ய)

மாது : யோவ், சீ... என் கூட பேசலாம்யா...

சீனாதானா : நீ வேற, சட்னு பேச்சு வரமாட்டேங்குது... உங்க தாத்தா இன்னிக்கு பட்டணம் பூடுவார் இல்லை. பேசாம இருந்திருந்து மெய்யாலுமே ஊமையாயிடப்போறேன்.

ஜானகி குரல் : ஏன்னா, வரட்டுமா?

மாது : வந்து தொலை.

(ஜானகி வர, துணியை முதுகில் கட்டி இருக்கிறாள்)

அய்யய்யோ... லூசு, என்னடிது... துணியை முதுகுல கட்டிண்டுருக்க... போடி... போய் வயத்துல கட்டிக்க...

(உப்பிலி, குப்புசாமி Entry)

உப்பிலி : அத்திம்பேர், ஜானகிக்கு என்ன முதுகுல வீங்கி இருக்கு?

மாது : முண்டம், என்ன உளர்ற? முதுகு வீங்கி இருக்கு, கழுத்து திரும்பி இருக்குன்னு...

உப்பிலி : என்ன சீனாதானா, நான் சொன்னது சரிதானே?

(தலை ஆட்ட...)

மாது : சீனாதானா பேசமாட்டான்.

உப்பிலி : ஏன்?

மாது : சீனாதானா ஊமை. பேச வராது.

உப்பிலி : ஊமையா? அப்ப என்கூட பேசினாரே...

குப்புசாமி : மாப்பிள்ளை, இது என்ன புதுசா? சீனாதானா ஊமையா?

மாது : திட்டம் போடறச்சே கூட இருக்கறீங்க. அமல் படுத்தறச்சே வந்து ஏன் இப்படி அலர்றீங்க?

உப்பிலி : சீனாதானா, அப்ப நீ என் கூட பேசலை? சொல்லு சீனாதானா...

மாது : அவன் எப்படிடா சொல்வான்? அவன்தான் ஊமையாச்சே?

உப்பிலி : சீனாதானா, என்னை பாத்து சொல்லு நீ ஊமையா?

சீனாதானா : ஆமாம்.

மாது : போறுமே. அவனே ஆமாம்னு சொல்றான். இதுக்கு மேல என்ன?

(தாத்தா Entry)

உப்பிலி : ம்...ம்... மாட்டிகினான். தாத்தா இங்க வாயேன். சீனாதானா...

தாத்தா : தெரியும். சீனாதானா பாவம். பிறவி ஊமை.

உப்பிலி : என்னது, நீயும் ஊமைங்கற. என் கூட பேசி னான் தாத்தா.

தாத்தா : ஏதாவது தத்துபித்துனு உளர்றாதே. ஊமை எப்படிடா பேசுவான்?

மாது : இப்ப புரியுது. உனக்கு ஏன் வேலை கிடைக்க மாட்டேங்குதுன்னு.

தாத்தா : போடா தள்ளி. உன்னை கிராமத்துக்கு கூட்டிட்டு வந்ததே தப்பு. மாது, இங்க வாடா... ஏண்டா எங்கிட்ட ஜானகியை கண்ணுலயே காட்ட மாட்டேங்கற? ஜானகி எப்படி சௌக்கியமா இருக்காளா?

உப்பிலி : நான் பார்த்தேன். சௌக்கியமா இல்லை. அவளுக்கு முதுகு வீங்கி இருக்கு.

தாத்தா : முதுகு வீங்கி இருக்கா? என்னடா உளர்றான்?

மாது : வேலை கிடைக்காம உப்பிலிக்கு பைத்தியம் புடிச்சு போயிடுத்து. போய் அப்படி ஓரமா நில்லு.

தாத்தா : மாது, ஜானகியை கூப்பிடு...

மாது : (சீனாதானாவை தள்ளி) சீனாதானா, அப்ப துணிய முதுகுல கட்டிண்டு வந்தா இப்ப தலைல டர்பனாட்டம் கட்டிண்டு வந்து தொலைச் சான்னா...

தாத்தா : மாது... பேச வராதவனோட என்ன பேச்சு? ஜானகியை கூப்பிடு.

மாது : ஜானகி... ஜானகி...

(மைதிலி Entry)

மைதிலி : அடடே என்னங்க மானாதுனா, இவுகதான் உங்க தாத்தாவா? கும்பிடறேனுங்க.

தாத்தா : நல்லா இரும்மா, 16ம் பெத்து பெருவாழ்வு வாழு.

மாது : அய்யோ தாத்தா... அந்த ஆசீர்வாதம் மட்டும் பண்ணாத. அவதான் ஏற்கனவே 16 பெத்த சீனாதானா சம்சாரம்.

தாத்தா : சீனாதானா wife ஆ? இவளும் ப்ரெக்னெண்ட்டா? என்ன மாது, சீனாதானா wife பிரக்னென்ட்டுனு நீ சொல்லவே இல்லையே?

மாது : எனக்கே இப்ப தான் தெரியும். ஏன் சீனாதானா, உன் Wife பிரக்னென்ட்டுனு ஏன் எங்கிட்ட சொல்லலே?

தாத்தா : அவன் எப்படி சொல்வான்? அவன்தான் ஊமையாச்சே...

மைதிலி : ஊமையா? யாரு? என்ன என் புருஷனை ஊமைங்கறீங்க?

மாது : தாத்தா, என்ன தான் ஊமையா இருந்தாலும் இப்படி எல்லார் எதிர்லயும் சொன்னா வருத்தமா இருக்காதா...

மைதிலி : (சீனாதானாவிடம்) என்னவே, உங்களை ஊமைன்னு சொல்றாங்க. கேட்டுகிட்டு சும்ம நிக்கறீங்க?

சீனாதானா : பப்பப்பே.

மைதிலி : என்னாச்சு இவருக்கு பெப்பெப்பேங்கறார். சாதா ரணமா என்னைத்தான் பேசாத, பேசாதேம்பீங்க. இப்ப என்ன நீங்களே பேச மாட்டேங்கறீங்க?

மாது : சரி, மைதிலி ஆச்சி, நீங்க உள்ள போய் ரெஸ்ட் எடுங்க. எல்லாம் விவரமா அப்புறம் நான் உங்க கிட்ட பேசறேன்.

மைதிலி : நீங்க பேசி என்ன லாபம்? இவர் இல்ல பேசணும்?

மாது : அது தாத்தா... பிரக்னெண்ட்டுல சில Ladies இது மாதிரி ஹிஸ்டீரியா வந்தா மாதிரி பேசுவாங்க...

மைதிலி : நான் உங்ககிட்ட அப்பால பேசிக்கறேன். கும்பிடறேனுங்க தாத்தா... அப்ப நான் வரவா? உங்களை பார்த்தா செத்துப்போன எங்க தாத்தா ஞாபகம் வரது. (Exit)

தாத்தா : என்னடா மாது! செத்துப்போன தாத்தாங்கறா.

(ஜானகி Entry)

மாது : வாடி ஜானகி வா, தாத்தா உன்னை ஆசையா பாக்க வந்துருக்கார்.

ஜானகி : என்னன்னா கரெக்டா இருக்கா?

மாது : ஸ்ஸ்...

தாத்தா : வாம்மா ஜானகி. சௌக்கியமா இருக்கீயா? குப்புசாமி, இந்த புள்ளத்தாச்சீங்க முகத்தை பாத்தே பொறக்கப்போறது ஆணா பொண்ணானு சொல்லிடலாம். (குப்புசாமியைப் பார்த்து) பெத்த அப்பனாச்சே... உனக்கு என்ன தோண்றது?

குப்புசாமி : எனக்கென்னவோ ஆண் குழந்தை தான் பொறக்கும்னு தோண்றது.

மாது : மாமா, கமிட் பண்ணிக்காதீங்க... உப்பிலியே தேவல போல இருக்கு.

தாத்தா : ஏண்டா மாது! அதான் இப்ப Scan பண்ணி, XRayல பாத்துடலாமே ஆணா, பொண்ணானு. ஜானகிக்கு பாக்கலையா?

மாது : இப்ப ஜானகிக்கு Scan பண்ணி XRayல பாத்தா, துணிமணிதான் தெரியும்.

தாத்தா : ஏம்மா, மைதிலியும் பிரக்னெண்ட்டாமே? இப்ப இந்த வீட்டுல ரெட்டை குழந்தை பொறக்கப் போறது. மாது! நான் இருந்து ரெண்டு குழந்தையையும் பாத்துட்டுத்தான் மெட்ராஸ் போகப் போறேன்.

(ஜானகி - தாத்தா மைமிங்)

மாது : மாமா இப்படி வாங்க, என்னது தாத்தா ரெண்டு குழந்தைங்கறார்? ரெண்டு குழந்தைக்கு எங்க போறது?

குப்புசாமி : ஒரு குழந்தையை வச்சு adjust பண்ணிக்கலாம். அதே குழந்தையை தாத்தாகிட்ட மைதிலி துன்னும், ஜானகிதுன்னும் மாத்தி மாத்திக் காமிச்சுடுங்க.

மாது : அது எப்படி?

சீனாதானா : தோ பாருங்க. ராத்திரி எப்படி சமாளிக்கறதுன்னு யோசிப்போம். மைதிலிக்கு வலி எடுத்து குழந்தை பொறக்க டயம் இருக்கே...

(மைதிலி பிரசவ வலி சத்தம்...)

தாத்தா : மாது என்ன சத்தம்?

மாது : மைதிலிக்கு வலி எடுத்துடுத்து போல இருக்கு. சீனாதானா, நீ போ... *(சீனாதானா Exit)*

தாத்தா : டாக்டர்...

மாது : ஒண்ணும் கவலைப்படாத... சீனாதானா 16 பெத்தவரில்லையா, அதான் வீட்லே ஓர் ஆயாவை பிரசவத்துக்குன்னு வேலைக்கு வச்சுண்டுருக்கார். பின்பக்க அவுட்ஹவுஸ்ல... *(குழந்தை அழுகுரல் சத்தம்...)* குழந்தை பொறந்தாச்சு, ஜானகி நீ போடி உள்ள...

தாத்தா : அவளை எதுக்கு போகச் சொல்றே?

மாது : அவளுக்கும் இப்ப தான் டைம். என்ன வலி எடுக்கறதா? போ... போ... சீனாதானா ஆயாவை

இந்த ரூமுக்கு வரச்சொல்லு. மாமா ஜானகியை சத்தம் போடச் சொல்லுங்க.

(சீனாதானா Entry with baby)

தாத்தா : என்ன குழந்தை?

சீனாதானா : ஆ...

மாது : பேசாத... எத்தனை சந்தோஷமா இருந்தாலும் நீ ஊமை... பேசக்கூடாது.

தாத்தா : ஆண் குழந்தை. *(ஜானகி சத்தம்)*

குப்புசாமி : மாப்பிள்ளை ஜானகி கொடுத்த பிரசவவலி சத்தம் கேட்குதா? இல்லை... திரும்ப கொடுக்கச் சொல்லட்டுமா?

மாது : மாமா... *(காலை மிதிக்க; குப்புசாமி உள்ளே போக)*

உப்பிலி : இது பிரசவ வலி சத்தம் மாதிரி இல்லை.. காக்கா வலி சத்தம் மாதிரினா இருக்கு.

தாத்தா : பேசாம இருடா... அப்பனே வெங்கடாஜலபதி, எல்லாம் நல்லபடியா நடக்க அருள் புரிப்பா. மாது! என்ன குழந்தை அழற சத்தமே கேக்கலை?

மாது : ஓ... அது வேற வரணுமோ?

உப்பிலி : ஒரு வேளை ஜானகி குழந்தை சீனாதானா மாதிரி ஊமையோ?

மாது : கொன்னுடுவேன் ராஸ்கல்! தாத்தா இந்த குழந்தையை தாயேன்.

தாத்தா : இது எதுக்கு? ஜானகிக்கு குழந்தை பொறந்தாச்சு, அதை கவனி...

மாது : நீ புரியாம பேசறே... இப்ப ஜானகி குழந்தைய நீ மடில வக்கறதுக்கு இந்த குழந்தை இருந்தா எப்படி... எடம் போறாது மடில... குடு... சீனாதானா இந்தா... போ...

தாத்தா : சீனாதானா, அங்க எங்க போறே? அது ஜானகி ரூம்... குழந்தை மைதிலிது. மாத்திடப் போறீங்க. அது வேற குழப்பம்.

மாது : குழப்பமே அதுலதான் இருக்கு.

குப்புசாமி : (வந்து) மாப்பிள்ளை, ஜானகிக்கு குழந்தை பொறந்தாச்சு.

தாத்தா : அழற சத்தமே காணுமே?

குப்புசாமி : அழும், மெல்ல அழும்...

தாத்தா : குழந்தை ஆணா பெண்ணா?

குப்புசாமி : மாப்பிள்ளை... சீனாதானாவுக்கு பொறந்தது ஆணா பெண்ணா? தாத்தா கேட்கறாரே, சொல்லுங்க...

தாத்தா : நான் ஜானகிக்கு பொறந்ததை கேட்டேன்.

குப்புசாமி : அது தெரிஞ்சாதான் இது சொல்ல முடியும்.

மாது : மாமா, அந்த அங்கவஸ்திரத்தை தாங்க. (பிரித்துப் பிடித்து) என்ன ஜரிகையா? எங்க வாங்கினேள்? ஒரு கை பிடிங்க... போலாம் ஜூட்...

(சீனாதானா குழந்தையோடு ஜானகி ரூம் Entry)

உப்பிலி : என்னது தெரு கூத்துல வராமாதிரி படுதா புடிக்கிறீங்க?

தாத்தா : குழந்தை அழாதேடா... (குழந்தை அழற சத்தம்...)

மாது : ஒரு நிமிஷம் குழந்தையை எடுத்துண்டு வரேன். (மாது குழந்தையுடன் வந்து) தாத்தா சீனாதானாவுக்கு பொறந்த அதே மாதிரி ஆண் குழந்தை.

தாத்தா : (வாங்கி) லுல்லு... பப்பா... ஜில்லு... கண்ணா... மாது, நான் கண்டுபிடிச்சுட்டேன்... இங்க வாடா.

மாது : தாத்தா...

தாத்தா : குழந்தையை பாரு எப்படி இருக்கு? இந்த ராமானுஜமா கொக்கா... நன்னா பாருடா. குழந்தைக்கு அப்படியே என் ஜாடை. கொள்ளுத் தாத்தாவை கொண்டு பொறந்து இருக்கான்.

உப்பிலி : இந்த குழந்தையை எங்கேயோ பாத்தா மாதிரி இருக்கு.

மாது : முண்டம்... இப்பதான் பொறந்திருக்கு... எங்கயோ எப்படி பாத்துருக்க முடியும்? மாமா, குழந்தையை அவ அம்மாகிட்ட கொடுத்துருங்க.

குப்புசாமி : Originalஆ? Substituteஆ?

மாது : சத்ரு மாமா, ஜானகிகிட்ட கொடுங்க (குப்பு சாமி Exit with child)

தாத்தா : மாது, குழந்தை பொறந்தா தீட்டு, குளிக்கணும்பா. இங்க ரெண்டு குழந்தை-ரெண்டு தடவை குளிக்கணும்... நான் போய் கிணத்துல குளிச்சுட்டு வர்றேன். உப்பிலி போய் தண்ணி எடுத்து வை டா. (உப்பிலி Exit) அப்புறம் மாது, நான் இன்னிக்கு ராத்திரி Trainல Madras போறேன்... நீ...

மாது : நான் ஒரு ரெண்டு நாள்ல வந்துடறேன். இங்க சில பட்டுவாடா பண்ண வேண்டியது இருக்கு.

தாத்தா : தோ பார். ஜானகி குழந்தையோட ரெண்டு மாசம் கழிச்சு வரட்டும். அப்புறம் சீனாதானா, நீயும் அப்படியே மெட்ராஸ் வா.

மாது : தாத்தா இவன் எதுக்கு, தண்டம்!

தாத்தா : அல்பம், காரியம் முடிஞ்சவுடனே கை கழுவறியே?

மாது : என்ன சொல்ற?

தாத்தா : நம்ம ஜானகியை இவனும் இவன் பொண் டாட்டியும் கடந்த பத்து மாசமா பெத்த அப்பா, அம்மா மாதிரி பாத்துண்டு இருக்கா... அதுக்கு பிரதியுபகாரம் பண்ண வேணாமா?

மாது : அதெல்லாம் ஏற்கனவே நெறையா ஆச்சு... சீனாதானா சொல்லேன்யா... சொல்லிடாதே... நீ ஊமை... மறந்துடுத்து.

தாத்தா : சீனாதானாவும் மைதிலியும் மெட்ராஸ்ல வந்து நம்மோட ஒரு ஆறு மாசம் தங்கி Enjoy பண்ணட்டும். பாவம் ஏழைங்க.

மாது : இவனா ஏழை... பேசமாட்டியே? இப்ப பேச்சு வந்தாலும் பேச மாட்டீயே? ஊமையா இருக்கறது வசதியா இருக்காப் போல இருக்கு.

தாத்தா : அப்புறம் சீனாதானா, நீ வரச்சே, உன் wifeவோட குழந்தையையும் அழைச்சுகிட்டு வா... ரெண்டு குழந்தைகளும் நம்ம வீட்டுல ஒரு ஆறு மாதம் வளரட்டும்.

மாது : தாத்தா, ரெண்டு குழந்தையா? அதெல்லாம் வேணாம் தாத்தா.

தாத்தா : அல்பம், ஊரான் குழந்தையை ஊட்டி வளத்தா தன் குழந்தை தானே வளரும். கிருஷ்ணன், பலராமன் மாதிரி சேர்ந்து பொறந்திருக்கு. சேர்ந்து கொஞ்ச நாள் வளரட்டுமே! என்ன சீனாதானா உனக்கு ஒண்ணும் objection இல்லையே?

மாது : அவனுக்கென்ன obejection?

தாத்தா : பாத்தியா, மறந்தே போயிட்டேன். குறிச்சுக்கோ மாது, இன்னிக்கு மூல நட்சத்திரம்... உம்புள்ளை மூலம்... சீனாதானா புள்ளையும் மூலம்தான்.

மாது : ஆமா மூலம்... சீனாதானாதுதான் மூலம்... என்னோடது இவன் மூலமா கிடச்ச மூலம். என்ன சீனாதானா, பட்டண பிரவேசமா?

சீனாதானா : தாத்தா ஆசையா கூப்பிடறார். தட்ட முடியலே. ஆமாம், மெட்ராஸ் போவச்சொல்ல தாத்தா ரெண்டு குழந்தை கேப்பாரு. எப்படி சமாளிக்கப் போறீங்க? எப்படி இப்ப மாதிரி ஒரே குழந்தையை வச்சு மாத்தி, மாத்திக் காட்டப் போறீங்களா?

மாது : போறும்ப்பா சமாளிச்சது... சீனாதானா ஒண்ணு நிச்சயம். தாத்தாவை சமாளிக்க நான் படற அவஸ்தைல - போற ரேட்டுல குழந்தைக்கு ஒரு வயசு ஆறதுக்குள்ள எனக்கு தலை நரைச்சு நான் தாத்தாவா ஆயிடுவேன் போல இருக்கு.

காட்சி 8

இடம்: மாதுவின் வீடு

தாத்தா : Train என்னமோ 6.30 மணிக்கு வந்துடுத்து... மணி 7.00 ஆறது, எங்க இன்னும் அவாளை காணும்?

உப்பிலி : ஒரு வேளை டாக்ஸி கிடைக்கலையோ என்னமோ? வருவா தாத்தா, நீயேன் கிடந்து அல்லாடறே?

தாத்தா : வெறும வந்தா பரவல்லாடா... 2 குழந்தைக ளோட வராளே?

உப்பிலி : என்ன இப்ப? அதான் ஜானகிக்கும் மைதிலி ஆச்சிக்கும் துணைக்கு கூட மாது அத்திம்பேர் இருக்கார். அப்புறம் அந்த என்கூட மட்டும் வாய் கிழிய பேசற ஊமை சீனாதானா இருக்கார்.

தாத்தா : சரி,சரி, அவா வந்தா Ladiesஐ குழந்தைகளோட வாசல்ல நிக்க சொல்லு. ஆரத்தி எடுக்கணும். நான் போய் ஆரத்தி கரைச்சு எடுத்துண்டு வர்றேன்.

(தாத்தா Exit; மாது Entry)

உப்பிலி : வாங்க அத்திம்பேர், அவாள்ளாம் எங்க?

மாது : சேச்சேசே... இந்த சீனாதானா சரியான கிராமத் தாண்டா உப்பிலி, டாக்ஸிக்காரன் மீட்டருக்கு மேல கேட்டான்... கொடுத்தது என்னமோ நான். இவனுக்கு என்னாச்சு டாக்ஸிக்காரனோட சீனாதானா சண்டைபோடறான். அவமானமா இருந்தது, ஓடி வந்துட்டேன்.

உப்பிலி : சீனாதானா டாக்ஸிக்காரனோட சண்டையா?

மாது : ம்...

உப்பிலி : ம்... மாட்டிக்கிட்டீங்க... ஒரு ஊமை எப்படி சண்டை போட முடியும்?

மாது : நான் சண்டைன்னுதானே சொன்னேன்? வாய் சண்டைனேனா? கையால சண்டை போடலாம் இல்லையா? சீனாதானாவோட கை சண்டை- இப்ப என்ன பண்ணுவே... ம்... மாட்டிக்கலே போடா... நீ.

(சீனாதானா குழந்தை ஜானகி மூவரும் Entry)

மாது : வாங்களேன்.

உப்பிலி : அத்திம்பேர், அவங்களே நிக்க சொல்லுங்கோ, தாத்தா ஆரத்தி எடுக்கணும்கறார்.

மாது : சரி, நீங்க ரெண்டு பேரும் மறவா நில்லுங்க... தாத்தா வந்தப்புறம் வாங்க... நீ வாயேன்யா...

சீனாதானா : எனக்கு உண்டா ஆரத்தி?

மாது : ம்... ஆரத்தியா? நீ நடுத்தெருவுல அடிச்ச கூத்துக்கு உனக்கு பூசணிக்காய் சுத்தி உன் தலைல உடைக்கணும். உள்ள வாய்யா, ஆரத்தி பொம்ப ளைங்களுக்குத்தான்.

சீனாதானா : வண்டிக்காரன் மீட்டருக்கு மேல கேட்டா தந்துடறதா? கபோதி பயலுக... (பெட்டி இறக்கி) அடேய் அப்பா, என்ன மானாதூனா வீடு அமர்க்களமா இருக்கு?

மாது : ஷோக்கா இல்லே! என்ன சீனாதானா பிரமிச்சு போய் நின்னுட்டே? வீட்டை பாத்த அதிர்ச்சில பேச்சே வரலையா?

உப்பிலி : ஏன் வரலை? அதான் இப்ப பொளந்து கட்டி பேசினாரே? அத்திம்பேர் இதை விட தெளிவா பேசற ஊமையை என் lifeல நான் இதுவரை பார்த்ததே இல்லை...

மாது : நீ இங்கதான் இருக்கீயா? மறந்துட்டேன். யோவ்! சீனாதானா! பாவம் உன்னால உப்பிலி பேஜாராயிடறான். நீ இனிமேல்பட்டு உப்பிலி எதிர்லயும் ஊமை, O.K.

உப்பிலி : அத்திம்பேர், இது அநியாயம். தெளிவா பேச றார், ஊமைங்கறேளே?

மாது : அவன் பேசினா பேசிட்டு போகட்டுமேடா. நீ காதுல போட்டுக்காதேயேன். இப்படி வச்சுப்போமே - அவன் பேசற ஊமை, நீ கேக்கற செவிடு - இந்த agreement உனக்கு O.Kயா?

(தாத்தா Entry)

உப்பிலி : தாத்தா, இங்க வா...

தாத்தா : தெரியும், சீனாதானா ஊமை இல்ல... பேசறான், அதானே? பைத்தியம் மாதிரி சொன்னதையே திருப்பித் திருப்பிச் சொல்லாதே, தலை சுத்துது. என்ன மாது! Train lateஆ? என்ன சீனாதானா பிரமிச்சு நிக்கறே? பட்டணத்து வீட்டை பாத்த அதிர்ச்சில பேச்சே வரலையா?

மாது : அப்படியே வந்தாலும் என்ன தாத்தா பேசமுடியும்? அவன்தான் பாவம் ஊமையாச்சே...

தாத்தா : எல்லாம் உப்பிலியால... சாரி சீனாதானா, மறந்து போயிட்டேன்.

மாது : பரவாயில்லே விடு, ஒரு வேளை சீனாதானா மறந்தாலும் ஊமைன்னு நீ அவனுக்கு ஞாபகப்படுத்து...

தாத்தா : என்ன உளர்றே?

மாது : சரி... ஏன் மசமசன்னு பேசிண்டே நிக்கற? நீ என்னமோ ஆரத்தி எடுத்த உடனே உள்ள நுழையணும்னியாமே? நீயும் நானும் இப்படியே பேசிண்டுருந்தா வாசல்ல நிக்கற குழந்தை வாசல்லேயே பெரியவனாயிடும் - வளர்ந்த கடா உள்ள நுழையும். ஜானகி உள்ள வா... உனக்கு தனியா சொல்லணுமா? உம் பொண்டாட்டியை கூப்பிடேன். (உணர்ச்சி வசப்பட்டு) கூப்பிடாதே, ஜானகி, மைதிலி ஆச்சி, உள்ள வாங்க... போய் ஆரத்தி எடு...

தாத்தா : மாது, குழந்தை எங்கடா?

மாது : மைதிலி ஆச்சி கைல இருக்கே.

தாத்தா : ஐயோ அது மைதிலி ஆச்சி குழந்தைன்னா? ஜானகி குழந்தை?

மாது : ரெண்டும் ஒண்ணுதான். அது... ரெண்டும் ஒரே சமயத்துல பொறந்ததால ரெண்டும் ஒண்ணுன்னுட்டேன். தாத்தா, மைதிலி ஆச்சி கைல இருக்கறது ஜானகி ஆச்சியோட குழந்தை.

தாத்தா : ஜானகி குழந்தைய மைதிலி ஏன் கைல வைச்சுக்கணும்? ஜானகி கைலதானே இருக்கணும்?

மாது : எப்பவும் ஜானகி கைலயே இருக்க குழந்தை என்ன ஒரே கையா? இன்னொருத்தர் கைல தரக் கூடாதா? ஏய் ஜானகி! அதை வாங்கி உன் கைல வச்சுக்கோயேண்டி. கைல கூட சுமக்க மாட்டியா? உனக்கு Labour pain தான் இல்லைனு பாத்தா labourஏ இல்லையே. கையை வீசிண்டு நிக்கறீயே?

ஜானகி : குடும்மா (வாங்க; குழந்தை அழுகை...)

தாத்தா : என்னது திடீர்னு குழந்தை அழறது?

மைதிலி : நீ குடு புள்ள, குழந்தை அழுவுது பாரு.

(வாங்க அழுகை நிற்கிறது)

தாத்தா : என்னது, குழந்தை ஜானகி கைக்கு போனா அழறது? மைதிலி ஆச்சிகிட்ட அழலை?

மாது : அதான் குழந்தைங்கறது... நாங்கள்லாம் நடிச்சுடலாம்... குழந்தைய நடிக்க செய்ய முடியுமா?

தாத்தா : என்ன உளர்றே?

மாது : அது தாத்தா, ஜானகிக்கு இது மொத குழந்தை- Experience பத்தாது. மைதிலி ஆச்சிகிட்ட அழாது - Experience - 16 பெத்தவ இல்லியா?

தாத்தா : 16 இல்லை 17. அன்னிக்கு மைதிலி ஆச்சிக்கும் குழந்தை பொறந்ததே.

மாது : சே! பேசாம சீனாதானாவுக்கு பதிலா நான் ஊமையாயிருக்கலாம். தாத்தா, ஆரத்தி எடுக்கறதா இருந்தா எடு, ஒரு மனுஷனால இதுக்கு மேல பேசி சமாளிக்க முடியாது.

தாத்தா : சீனாதானா, குழந்தை எங்கயா?

மாது : மறுபடியும் பாரேன், அதான் மைதிலி கைல இருக்கே.

தாத்தா : அது ஜானகி குழந்தை? மைதிலி ஆச்சி குழந்தை எங்கே?

மாது : அட போ தாத்தா, யோவ் சீனாதானா ஆபத்துக்கு பாதகமில்லை. தாத்தாக்காக ஒரு தடவை எப்படியாவது சிரமப்பட்டு பேசி சொல்லிடு உன் குழந்தை எங்கேன்னு... நம்மளால முடியலயே...

மைதிலி : அவரால எப்படி பேச முடியும்? அவர்தான் ஊமையாச்சே? என் குழந்தை கிராமத்துல இருக்கு. எங்க வழக்கப்படி ஒரு வயசு வரை குழந்தை கிராமத்துலதான் வளரணும். அழாதடா ராசா, இந்தாங்க இப்ப அழாது. ஜானகி வாங்க, எடுங்க ஆரத்தி.

தாத்தா : (எடுத்து) குழந்தையோட வலது காலை எடுத்து வச்சு வாம்மா.

மாது : குழந்தையோட வலது காலையா? குழந்தைக்கு பேச்சே வரலை. நீ வலது காலை எடுத்து வச்சு நடக்க சொல்றீயே?

தாத்தா : ஜானகியை கைல குழந்தையோட வலது காலை எடுத்துவச்சு வரச்சொன்னேன். மாது, இது என்ன?

மாது : ஊஞ்சல்.

தாத்தா : முண்டம், தொட்டிலை ஊஞ்சல்னு மாத்திச் சொல்ற...

மாது : நான் மைதிலி கைல ஜானகி குழந்தைன்னா, ஜானகி குழந்தை எங்கேங்கற? மைதிலி கைல இருக்கறது ஜானகி குழந்தைனா, உடனே மைதிலி குழந்தை எங்கேங்கற? நீ மட்டும் மாத்தி மாத்தி கேக்கலாம். நான் தொட்டிலை ஊஞ்சல்னு மாத்தி சொல்லக்கூடாதா?

தாத்தா : தொட்டில் எதுக்குனு கேக்கல்லியே?

மாது : நீயே சொல்லிடு. இனிமே நானா எதுவும் பேசறதா யில்லை. இத்தனை நாள் உனக்காக கஷ்டப்பட்டேன். இப்ப உன்னாலயே கஷ்டப்படறேன்.

தாத்தா : முண்டம்! குழந்தையை தொட்டில்ல போட்டு பேர்வக்க போறது... இவ்வளவு அலுத்துக்கிறியே. குழந்தை பொறந்து முழுசா 3 மாசம் ஆறது. அதுக்கு பேர் வச்சியாடா?

மாது : (சீனாதானாவிடம்) பேர் வச்சியாடா?

தாத்தா : பேர் அவன் புள்ளைக்கு அவன் வச்சுருப்பான்... நீ உன் புள்ளைக்கு வச்சியாடா?

மாது : மறந்துட்டேனே... போறுமா? எல்லாத்தையுமா ஒத்தன் ஞாபகம் வச்சுக்க முடியும்? ஏண்டி நீயாவது ஞாபகப்படுத்தக் கூடாது?

ஜானகி : மறந்துடுத்துன்னா!

மாது : என்ன மறந்துடுத்துன்னா! மப்பு... பிரசவத்துக்கு மட்டும் நீ... வலியெல்லாம் எனக்கு. ஏன் தாத்தா பேர்வக்கலேன்னா என்ன இப்போ? எனக்கு ஏன் இன்னும் பேர் வக்கலேன்னு குழந்தை வாய் தொறந்து கேக்கவா போறது? அதுக்குத்தான் இன்னும் பேச்சே வரலையே? சீனாதானா மாதிரி நடுவுல நடுவுல இதை ஞாபகப்படுத்திக்க வேண்டியிருக்கு.

தாத்தா : சரி, சரி, டயர்டா இருக்க போலருக்கு... ஜானகி நீ போய் குழந்தைக்கு டிரஸ் பண்ணி எடுத்துண்டு வா, பேர் வச்சுடலாம். 1000 ரூபாய்க்கு டிரஸ் வாங்கி வச்சுருக்கேன்.

மாது : இந்த குழந்தைக்கு 1000 ரூபாய்க்கு டிரஸ்ஸா?

தாத்தா : உன் குழந்தைடா... அப்புறம் மைதிலி ஆச்சி, நீயும் போய் ஜானகிக்கு help பண்ணும்மா.

மாது : நீ ஒரு அல்பம் தாத்தா... என் மகனுக்குத்தான் ஆச்சின்னா நீயும் அவளை ஏன் ஆச்சி ஆச்சிங்கறே?

தாத்தா : மாது... அப்புறம் குழந்தைக்காக பாட்டியோட நகைகள் இருந்ததில்லையா? அதுல 10 பவுன் நகைய அழிச்சு செயின் பண்ணியிருக்கேன் குழந்தைக்கு கழுத்துல போட. தங்க வளையல் தங்க காப்பு பண்ணி வச்சுருக்கேன் குழந்தை கால்ல போட. வைரத் தோட வைரமோதிரமா மாத்தி வச்சிருக்கேன் குழந்தை கைல போட.

மாது : குழந்தை கழுத்து, கை, கால்லல்லாம் நகையை போட்டு என் தலைல என்ன குண்டை போடப் போறியா?

தாத்தா : அல்பம், உன் குழந்தைக்குத் தானேடா. (Exit)

மாது : அது என் குழந்தை இல்ல தாத்தா. சீனாதானா, உன் பையனுக்கு வாழ்வுய்யா. வயல்ல விவ சாயம் பாக்க வேண்டியவன் - பாத்தியா, நகை, செயின், மோதிரம்னு... இதான்யா வயலும் வாழ்வும்கறது... ஏன்யா பேசாம நிக்கறே?

சீனாதானா : சந்தோஷத்துல பேச்சே வர மாட்டேங்குதுங்க. இதுக்கு மேல தாத்தா குழந்தைக்கு நகை போட்டார்னா சத்யமாங்க சந்தோஷத்துல நிச மாலுமே ஊமையாயிடுவேன்.

மாது : தோ பார். ஆறுமாசத்துல குழந்தையை எடுத்துண்டு கிராமத்துக்கு பூடுவேன்னு கண்டிஷன் போட்டே. இப்ப நான் அதே கண்டிஷனை Requestடா கேக்கறேன். ஆறு மாசத்துல நீ சொன்னா மாதிரி எடுத்துண்டு பூடுய்யா.

(குப்புசாமி Entry)

மாது : என்ன மாமா, ரொம்ப டல்லா இருக்கேள்?

குப்புசாமி : குழந்தைக்கு தாத்தா வைர மோதிரம் போடணும்ங் கறார்.

மாது : அதுக்கு நீர் ஏன் அழறீர்? போடப்போறது தாத்தா தானே?

குப்புசாமி : இப்ப நான் சொன்னது உங்க தாத்தா இல்லை. குழந்தையோட தாத்தா. நான் சீனாதானா குழந்தைக்கு வைர மோதிரம் போடணுமாம்.

மாது : ஊரான் குழந்தையை ஊட்டி வளத்தா தன் குழந்தை தானே வளரும்பாங்க. என் கேஸ்ல ஊரான் குழந்தையை என் குழந்தையா நானே ஊட்டி வளக்க வேண்டி இருக்கு. ஊட்டி வளத்தாலும் பரவால்லே. நகையா பூட்டி வளக்க வேண்டிருக்கு.

(மைதிலி - ஜானகி Entry with child)

மைதிலி : என்னங்க மானாதூனா, தாத்தா பூஜைல இருக்காராம். அவர் வரதுக்குள்ள குழந்தையை தொட்டில்ல போட்டு நல்ல பேரா யோசிச்சு வக்க சொல்றார்.

ஜானகி : ஏன்னா 'A'ல ஆரம்பிக்கற பேரா வக்கலாம். அஜய், அர்ச்சுன், அபிஷேக்னு, அப்பதான் schoolல சேக்கறச்சே Attendance Registerல First பேர் வரும்.

மாது : அடி போடி, அறிவு கெட்டவளே... இங்க பேர் வெக்கறதுக்குள்ள பாதி சொத்து போயிடுத்து.. schoolல சேக்கறதுக்கு இவ போயிட்டா... Aல ஆரம்பிக்கற பேராம். இது ஆறு மாசத்துக்கப்பறம் கிராமத்துக்கு போகப் போறது. அங்க First Bench - First rowவல்லாம் கிடையாது. அங்கல்லாம் திண்ணைப் பள்ளிக்கூடம்தான். திண்ணை நுனில வேணா உக்காரலாம்.

குப்புசாமி : மாப்பிள்ளை, இத்தனை சமாளிச்சாச்சு தாத்தாவை. ஏதோ ஒரு பேர் வையுங்களேன்.

மாது : இந்த குழந்தைக்கு சினிமா பேர்தான் வக்கணும் 'யார் பையன்'னு.

குப்புசாமி : யார் பையன் - பழைய படம். அதுக்கு லேட்டஸ்டா மைக்கேல் மதன காமராஜன்னு வக்கலாமே? ஒண்ணுத்துக்கு நாலு பேரா வச்சா தாத்தாக்கும் சந்தோஷமா இருக்கும்.

மாது : ஏதோ ஒரு பேர். டெலிபோன் டைரக்டரிய பிரிச்சு பாத்து வந்த பேரை வையுங்க.

குப்புசாமி : உப்பிலி, அந்த டெலிபோன் டைரக்டரிய எடு. *(வாங்கிப் பிரித்து)* Employment Exchange No Vacancyனு தான் வரது. அல்லது பக்தவச்சலம் ஐய்யங்கார் மாப்பிள்ளை CBI.

மாது : டைரிலதான் CBIனா, டைரக்டரிலயும் CBIயா?

குப்புசாமி : மூல நட்சத்திரம் குரு கோவிந்தசாமி.

ஜானகி : கர்னாடகமா இருக்கப்பா...

குப்புசாமி : குருவாயுரப்பன்...

மாது : இது கேரளாவா இருக்கு.

குப்புசாமி : மாப்பிள்ளை, குழந்தை மூல நட்சத்திரம். என் குல தெய்வம் அனுமாரும் மூல நட்சத்திரம். Modernனாவும் இருக்கணும். அனுமாருக்கு இன்னொரு பேர் மாருதி. மாருதினு வப்போம். மாடர்னா இருக்கும். *(குழந்தை அழ...)*

மாது : வேணாம்... மாருதின்னவுடனே start ஆயிடுத்து. மாருதியும் கார் பேர் மாமா.

குப்புசாமி : அப்ப பல்லவன்னு பஸ் பேர் வக்கலாமா?

மாது : படுத்தாதீங்க மாமா, ஏதோ ஒரு பேர் தாத் தாக்காக வக்கணும். பேசாம தாத்தான்னே வச்சுடலாம்... எப்படியும் கிழவனானா இவனை பேர் சொல்லி கூப்பிடமாட்டாங்க. தாத்தானு தான் கூப்பிடப் போறாங்க... இதான் சரி. மூல நட்சத்திரம். ஆதிமூலம்னு வச்சுடலாம், ஆனாமூனா... சீனாதானா புள்ள ஆனாமூனா.

சீனாதானா : அந்த பேரைத் தான் நாங்க ஏற்கனவே வச்சோம். எங்க மாமன் பேர் ஆதிமூலம் - ஆனாமூனா... உங்க குழந்தைக்கு புது பேரா வையுங்க.

உப்பிலி : *(வந்து)*ஏன்யா சீனாதானா... நான் வரச்சே கரெக்டா பேசி, என்னை குழப்புற?

குப்புசாமி : உப்பிலி! குழந்தைக்கு ஏதான பேர் சொல்லு பாப்போம்.

உப்பிலி : தோ... சீனாதானாவை கேளு... பேர் வச்சு, ஏன்

வச்சேன்னு ஒரு சொற்பொழிவே நிகழ்த்துவார்.

சீனாதானா : எங்கப்பச்சி பேரை வையுங்க. முத்துகருப்பன்- மூனாகானா.

மைதிலி : இல்லே, எங்க மாமன் பேர் வையுங்க. சூளை கருப்பன் - சூனாகானா.

மாது : முத்துகருப்பன், சூளைகருப்பன் எல்லாம் திருடன் பேரா இருக்கு.

ஜானகி : அவங்க குழந்தைக்கு அவங்களுக்கு பிடிச்ச பேரையே வச்சுடுவோம்.

மாது : தாத்தாகிட்ட முத்துகருப்பன்னு சொல்லு. உன் பல்லை பேத்துடுவார்.

தாத்தா : (வந்து)என்னடா, பேர் Decide பண்ணிட்டீங்களா என் கொள்ளு பேரனுக்கு?

மாது : தாத்தா... இவ...

தாத்தா : ஒரு நிமிஷம்... நான் முடிவு பண்ணிட்டேன். மாது, அந்த CBI டயரில கடசில ஒரு பக்கத்துல போட்டுருக்கேடா. படிக்கறேன் கேளு. ஏழாம் படை - நீ ஏழாவது தலைமுறை. இவனுக்கு ஒரு வேளை குழந்தை பொறந்தா, தாத்தா உயிரோடு இருப்பார். அந்த குழந்தைக்கு பேர் 'மு'வன்னா 'கா'வன்னா...

மாது : அது என்ன 'மு'வன்னா 'கா'வன்னா? முனா கானா - முத்து கருப்பன். சீனாதானா, எனக்கு சந்தேகமா இருக்கு - அந்த டயரியை எழுதினது நீயா?

காட்சி 9

இடம்: மாதுவின் வீடு

(தொட்டிலில் குழந்தை அழும் சத்தம்)

சீனாதானா : (தொட்டிலை ஆட்டியபடி) அழுவாதடா கண்ணா, அழுவாத. மூதேவி - முனாகானா - நான்தாண்டா உங்கப்பன் சீனாதானா, நிப்பாட்டு அழுகையை.

மாது : என்ன சீனாதானா?

சீனாதானா : குழந்தை அழுவுதுங்க. கொஞ்சம் சமாதானப் படுத்துங்களேன்.

மாது : நான் இப்பதான் ஆபீஸ்லேந்து டயர்டா வர் றேன். நீ தான் தண்டச்சோறு தின்னுட்டு என் தாத்தா சொத்தை அழிச்சுண்டு இருக்கீயே. சமாதானப்படுத்து... ஏதாவது தாலாட்டு பாட்டு பாடேன்.

சீனாதானா : நான் ஊமையாச்சே? எப்படி பாடறது?

மாது : ராஸ்கல். நான் சொல்லி கொடுத்ததை எனக்கே திருப்பிச் சொல்லிக்காட்டறீயா? பாடு... எதான தாலாட்டு பாட்டு பாடு.

சீனாதானா : எனக்கு தாலாட்டு பாட்டு தெரியாதே!

மாது : அப்ப ஒப்பாரி வை... துட்டு 50000 வாங்கலை. சினிமா பாட்டு பாடு... ஆ... நாயகன் சினிமாவில் வரும் தென்பாண்டி சீமையிலே தேரோடும் வீதியிலே. பாடு - பாடுடான்னா -

சீனாதானா : தென் பாண்டி சீமையிலே தேரோடும் வீதியிலே மான் போல வந்தவளே யார் அழுதாளோ யார் அழுதாளோ.

மாது : அப்படித்தான். (திரும்ப உப்பிலி...)

உப்பிலி : அத்திம்பேர்...

மாது : ஊமை பாடறான். ம்... மாட்டிக்கினீங்க அதானே? தோ பார்... அவன் ஊமை பேச்சு வராதுன்னுதான் சொன்னேன். பாட்டு வராதுன்னு சொன்னேனா? சீனாதானா, நீ பாடும்மா.

சீனாதானா : தென்பாண்டி சீமையிலே, தேரோடும் வீதியிலே...

உப்பிலி : நிறுத்துடா... பாவி ஊமைன்னு சொல்லி தாத்தாவை ஏமாத்திட்டு, பாவி ராஸ்கல் பாடவா பாடறே நீ?

சீனாதானா : நான் பாடுவேன் ஆடுவேன் ஓடுவேன் தாண்டு வேன் குதிப்பேன். ஏதான பேசினா உன்னை மிதிப்பேன்... போடா, போய் தாத்தாகிட்ட சொல்லு. போ... பேமானி.

(உப்பிலி கோபமாக போக...)

மாது : தூள் சீனாதானா... நீ பாடு.

சீனாதானா : தென்பாண்டி சீமையிலே தேரோடும் வீதியிலே மான் போல வந்தவளே யார்...

மாது : ஏன் நிப்பாட்டிட்டே? என்ன என்ன... (திரும்ப தாத்தா, உப்பிலி) தாத்தா...

தாத்தா : மாது இப்ப பாடினது சீனாதானாவா?

மாது : ஊமை... எப்படி தாத்தா பாடுவான்?

உப்பிலி : இல்லை... பொய் சொல்றார் அத்திம்பேர்.

தாத்தா : இல்லடா மாது... எனக்கே பாட்டு சத்தம் கேட்டுதே - சினிமா பாட்டு - நாயகன்ல வருமே?

மாது : சினிமா பாட்டு... அ... பாட்டு வந்தது. வாஸ்தவம் தான்... ஆனா பாடினது சீனாதானா இல்லை, இளையராஜா... (போய், டேப்ரிகார்டரை எடுத்து) தோ பார் டேப்ரிகார்டரில் பாட்டு வந்தது...

உப்பிலி : தாத்தா...

தாத்தா : போடா மூதேவி, எப்ப பாரு சந்தேகப் படறதே தொழிலா போச்சு.

மாது : சீனாதானா, டேப்ரிகார்டரை ON பண்ணி தூளியை ஆட்டு, நான் போய் ரெஸ்ட் எடுக்கறேன். (Exit)

தாத்தா : சீனாதானா, டேப்ரிகார்டரை ON பண்ணு, என்ன பாட்டு வரதுன்னு பாப்போம்.

சீனாதானா : (டேப் ON செய்ய) உள்ளம் என்பது ஆமை. அதில் உண்மை என்பது ஊமை.

தாத்தா : (வந்து நிறுத்தி) ஆமை ஊமைன்னு அபசகுனமா இருக்கு. எழவு... இரு... நீ போ, நான் பாத்துக்க றேன்.

(On செய்ய, கண்ணன் பிறந்தான், எங்கள் கண்ணன் பிறந்தான் என்ற பாடல் ஒலிக்கிறது. மாது Entry) (நிறுத்தி) டேய், இங்க வாடா!

மாது : தாத்தா! நான் வெளில போகணும்... உனக்கு சிரமமா இருந்தா சீனாதானாவை ஆட்டச் சொல்லு... அவன் எங்க... ஓடிட்டானா?

தாத்தா : படவா ராஸ்கல்... பெத்தது நீடா. சீனாதானா தலைல கட்டப் பாக்கறீயே. உனக்கு உன் குழந்தையை பாத்துக்க பொறுப்பு வேணாம்? வா... தொட்டிலை கொஞ்சம் ஆட்டு...

மாது : (ஆட்டி) கொஞ்சம் ஆட்டியாச்சே, போறுமா? நான் வரேன்...

தாத்தா : என் கண் முன்னால நீ தொட்டிலை ஆட்டற... பெத்த அப்பனா லட்சணமா இரு... டேப் ரிகார்டரை ON பண்ணு.

மாது : ஆன்னா ஊன்னா அப்பன் அப்பன்னு பிராணனை வாங்கறே - ON செய்ய... (அப்பப்பா நான் அப்பன் அல்லடா தப்பப்பா நான் தாயுமில்லடா- என்று பாடுகிறது; மைதிலி - ஜானகி Entry)

மைதிலி : நிறுத்துங்க.

தாத்தா : என்னம்மா?

மைதிலி : ஏய் புள்ளை உனக்கு வெக்கமாயில்லே. பொம் பளை புள்ள... பெத்த குழந்தையை பாத்துக்கிறதெ விட்டுட்டு அதைவிட உள்ள உனக்கு என்ன வேலை? தாத்தா, உங்க மாட்டுப்பொண் ரொம்ப

மோசம். பெத்துட்டா போதுமா? வளக்க தெரிய வேணாம்?

தாத்தா : அதான... அவளுக்கு நீ எல்லாம் சொல்லி தரீயே?

மைதிலி : நேத்து குளிப்பாட்ட இந்த புள்ளை குழந்தையை அந்த பிளாஸ்டிக் பக்கெட்டுல போட்டுட்டு குழாயை தொறந்துவிட்டுட்டு போயிட்டாக... குழந்தை தண்ணில மூழ்க இருந்தது.

தாத்தா : அச்சச்சோ...

மைதிலி : நல்ல வேளை... நம்ம மூனாகானா கிராமத்துல பொறந்த குழந்தையாச்சே? நீச்சல் அடிச்சு பக் கெட்டுக்கு மேல வந்துட்டான்.

மாது : சரி,சரி, இப்ப என்ன ஆச்சி? நீங்கதான் ஜானகிக்கு சொல்லித் தாங்களேன் எல்லாம்.

மைதிலி : எவ்வளவு நாள்தான் சொல்லித் தரமுடியும்? ஆறு மாசத்துல நான் போயிடுவேன். அப்பால, அட நாளைக்கே, இந்த புள்ளைக்கு ஒரு குழந்தை பொறந்துச்சுன்னா வளக்க தெரிய வேணாமா?

தாத்தா : என்னடா சொல்றா ஆச்சி? நாளைக்கே குழந்தைன்னு... அப்ப இது?

மாது : அய்யய்யோ... அவ ரெண்டாவது குழந்தை பொறந்தா வளக்கறதுக்கு மொத குழந்தைய வச்சு ரிகர்ஸல் மாதிரி பிராக்டிஸ் பண்ணிக்கோங்கறா.

மைதிலி : நீங்க போங்க... நீ ஆட்டு புள்ளை தொட்டிலை...

தாத்தா : விடாம எல்லாம் சொல்லித்தா ஜானகிக்கும்.. அப்பதான் பொறுப்பு வரும்... நீ வாடா.

மைதிலி : ம்... பாட்டுப் பாடி தொட்டிலை ஆட்டு புள்ளை.

ஜானகி : எனக்கு பாட்டு தெரியாது.

மைதிலி : அப்ப அந்த பாட்டு பொட்டியை முடுக்கி விடு.

ஜானகி : (கோபமாக) இது பாட்டு பொட்டி இல்ல. டேப் ரிகார்டர் ஆச்சி... (ON பண்ண பூவாகி, காயாகி கனிந்த மரம் ஒன்று - என்று பாடுகிறது... OFF செய்ய) எனக்கு கை வலிக்குது ஆச்சி...

மைதிலி	:	கை வலிக்கே அலுத்துக்கிறயே... நாளைக்கு உனக்கே பொறந்துச்சுன்னா, பிரசவ வலியை எப்படி தாங்கிப்பே? நீலாம் ஒரு அம்மாவா?
ஜானகி	:	இந்த குழந்தைக்கு நான் அம்மா இல்லை.
மைதிலி	:	அட சே... என்ன பேச்சு பேசற? ஒத்து... (ON செய்ய) அன்னை என்பவள் நீதானா? அவனும் உனக்கு மகந்தானா?
		(ஜானகி கோபமாக Exit; உப்பிலி Entry)
மைதிலி	:	(Off செய்ய) ஏலே உப்பிலி... இங்க வாடா...
உப்பிலி	:	உப்பிலி வாடாவா? என்ன ஆச்சி, வாடா போடாங்கறே?
மைதிலி	:	குழந்தையை பாத்துக்க... நான் சீனாதானாவோட கொஞ்சம் பேசிட்டு வர்றேன்.
உப்பிலி	:	ஏன் ஆச்சி, உங்க புருஷன் தான் ஊமையாச்சே? எப்படி பேசுவீங்க?
மைதிலி	:	எலே லூசு... அவர் எதுக்காக பேசணும்? நான் பேசுவேன். அவர் கேட்டுகிட்டு சும்மா கம்முனு இருப்பார். எல்லார் வீட்டுலயும் புருஷன் ஊமைதான். என்ன முழிக்கறே... நடக்கறதைத் தானே சொன்னேன்.
உப்பிலி	:	என்ன கண்றாவிடாது? இந்த சீனாதானா தாத்தா கிட்டதான் ஊமையா நடிக்கறானா, இல்லை wife கிட்டயுமா? Wife கிட்ட எதுக்கு ஊமையா நடிக்கணும்? ஒரு வேளை ஆச்சியும் நடிக்கறாளா? அத்திம்பேர்தான் இதுக்கு உடந்தைன்னா ஜானகியும் பேசாம இருக்கா. இந்த வீட்டுல மர்மமா என்னமோ நடக்குது... சுத்தமா ஒரு எழவும் புரியலை. (டேப்ரிகார்டரை ON செய்ய ஒண்ணுமே புரியலை உலகத்திலே - என்று பாடுகிறது)
		(குப்புசாமி Entry)
உப்பிலி	:	அப்பா, இந்த வீட்டுல என்ன நடக்குதுன்னு எனக்கு மட்டும் ஏன் புரிய மாட்டேங்குது?

படுத்தா தூக்கம் வரலை...

குப்புசாமி : கண்ணா, உனக்கு புரியாது. நான் தாலாட்டு பாடறேன், தூக்கம் வரதா பாரு.

ஆராரோ - ஆரிராரோ அட அசட்டு பய புள்ள ஆராரோ

(உப்பிலி எழுந்து போக)

குப்புசாமி : அப்பா முத்துகருப்பா எனக்கு தூக்கம் வரது உன்னை நீயே பாத்துக்க... Goodnight.

பாட்டு : யாரை நம்பி நான் பொறந்தேன் போங்கடா போங்க.

காட்சி 10

மாதுவின் வீடு

மாது : ஜானகி, ஜானகி, நான் ஆபீசுக்கு கிளம்பறேன்... ஜானகி நான் ஆபீசுக்கு கிளம்பறேன். ஏன் ஜானகி காதுல விழலையா? நான் ஆபீசுக்கு கிளம்ப றேன்...

ஜானகி : (வந்து) அய்யய்யய்யோ... ஏன் இப்படி காட்டு கூச்சல் போடறேள்? டெய்லி போற ஆபீசுக்குத்தானே போறேள்? என்னமோ அமெரிக்கா போறா மாதிரி கத்தறேளே?

மாது : என்னடிது... வழக்கமா நான் டெய்லி ஆபீஸ் போறச்சே நான் போயிட்டு வரம்பேன். நீயும் வீரத்திலகமிட்டு வழி அனுப்புவே... இன்னக்கி என்னாச்சு?

ஜானகி : தோ பாருங்கோ, அதெல்லாம் இனிமே மறந்து டுங்கோ. எனக்கு குழந்தைய குளிப்பாட்டி டிரஸ் பண்ணி அதுக்கு Farex கொடுத்து - இதெல்லாம் பண்ணி முடிக்கவே மணி 10 ஆயிடுது. இதுல உங்களை வழி அனுப்பற தெல்லாம்

இனிமே முடியாது. உங்களுக்கு இஷ்டமிருந்தா ஆபீஸ் போய் தொலைங்கோ... இல்ல லீவு போட்டுடுங்கோ. என்னை கூப்பிட்டு பிராணனை வாங்காதேள்...

மாது : என்ன முத்துகருப்பன் - முனாகானாவோட- settle ஆயிட்டியா? அறிவு கெட்டவளே, அது மைதிலி ஆச்சி புள்ளை... கரெக்டா ஆறாவது மாசம் கிராமத்துக்கு போயிடும். தாய் பாசத்தை ரொம்ப வேஸ்ட் பண்ணாதே. நாளைக்கு நீ ஒருவேளை பெத்தா தேவைப்படும். இப்ப செலவழிச்சுட்டா அப்ப திண்டாடுவ.

ஜானகி : ஏதாவது பேத்தாதேள். இன்னிக்கு குழந்தை என்னை பாத்து சிரிச்சுது.

மாது : குழந்தை என்ன... எனக்கே உன்னை பாத்தா சிரிப்பு வரது... ஊரான் பெத்த புள்ளைக்காக இப்படி உருகறீயே!

ஜானகி : யார் குழந்தையா இருந்தா என்ன? பெத்தா தான் புள்ளையா? யாருக்கோ பொறந்த கிருஷ்ணனை யசோதை வளக்கலையா?

மாது : ஏன் வளத்தா, ஒரு வேளை யசோதை புருஷனோட தாத்தாவும் நம்ம தாத்தா மாதிரி CBI டயரி வச்சுருந்தாரா? சரி, அப்ப நான் கிளம்பறேன்.

ஜானகி : ஒரு நிமிஷம்... தான் குழந்தையை எடுத்துண்டு உங்களோட Scooterல வர்றேன். என்னை டாக்டர் ரமாமணி Clinicல drop பண்ணிடறேளா?

மாது : எதுக்கு?

ஜானகி : குழந்தைக்கு போலியோ சொட்டு மருந்து போடணும்.

மாது : போலியோவா? அசடு குழந்தையே உன்னது இல்லை... போலி... அதுக்கு போலியோவா? தோ பாரும்மா, இன்னிக்கு ஆபீஸ்ல MD வரார். லேட்டா போனா முடியாது. உன்கூட போலியோ போடவந்தா, என் உத்யோகம் காலியோ ஆயிடும்.

(உப்பிலி Entry)

மாது : *உப்பிலி, ஜானகியை டாக்டர் வீட்டுக்கு - என்ன சீனாதானா மாதிரி நீயும் ஊமையா நடிக்கறீயா?*

(உப்பிலி பேப்பர் தர...)

சீனாதானா இந்த வீட்டை விட்டு போகும் வரை நான் பேசப் போவதில்லை. என்னை வற்புறுத்தாதீர்கள். என் குழப்பம் என்னோடவே போய் தொலையட்டும்.

இப்படிக்கு

தற்காலிக ஊமை

உப்பிலி.

(உப்பிலி Exit*)*

பாவம். நொந்து கிடக்கான். நீ வேணா சீனா தானாவையும் மைதிலி ஆச்சியையும் துணைக்கு கூட்டிக்கிட்டு போ... வெட்டியாத்தானே இருக் காங்க?

ஜானகி : *அவா ரெண்டு பேரும் இன்னிக்கு* Noonshow *சினிமா போறாளாம்.*

மாது : *சினிமாவா?*

ஜானகி : *அதையேன் கேக்கறேள். தாத்தா அவாளுக்கு ரொம்பத்தான் எடத்தை குடுத்துட்டார். ரெண்டு பேரும் அடிக்கற ரகளை சகிக்கலே. டெய்லி, சினிமா, டிராமா, பீச்சுன்னு சுத்தறா. நீங்களே அவாள இப்ப பாத்தேள், அசந்துடுவேள்.*

மாது : *சீனாதானா... சீனாதானா... (சீனாதானா* Entry with *மாடர்ன் டிரஸ்* with *கூலிங்கிளாஸ்) யோவ்! என்னய்யா இது கோலம்... ஆமாம் இதெல்லாம் வாங்க ஏது துட்டு.*

சீனாதானா : *2000 ரூபீஸ்.* Grand papa gived.

மாது : Grandpapa*வா? அது* Grandpa*ப்பா. கிராண்பாப்பா இல்லை, வாயை தொறந்தா பாப்பா தான்.*

சீனாதானா : தோ பாருங்க... இனிமே என்னை சீனாதானான்னு தமிழ்ல அசிங்கமா கூப்பிடாதீங்க. CNATNAனு Englishல கூப்பிடுங்க.

மாது : CNATNAவா? கார் Registration Number மாதிரி இருக்கே? மைதிலி ஆச்சி எங்க? (மைதிலி ஆச்சி Modern dressல் Entry) என்ன, என்ன இதெல்லாம்?

மைதிலி : தாத்தா குடுத்தாங்க எங்க ரெண்டு பேருக்கும் தலா 2000 ரூபாய். அதுல வாங்கின டிரஸ்... எப்படிங்க?

மாது : தலா ரெண்டு ஆயிரம்... யோவ் நான் ஏற்கனவெ 75000 தந்தாச்சு நான் ஒரு பக்கம் தாத்தா தனியா இன்னொரு பக்கம் வெட்டறாரே... ஜானகி! தாத்தா எனக்கு உயில் எழுதி வக்கறேன், உயில் எழுதி வக்கறேன்கறாரே இந்த மாதிரி செலவழிஞ்சுண்டு போற ரேட்டுல தாத்தா ஒரு சின்ன பேப்பர்லே வெறும் உயில்னு எழுதித்தான் தரப் போறார்.

மைதிலி : உங்க புள்ளைய - குழந்தையை பாத்துக்கறது, உங்க தாத்தாவுக்கு வேளா வேளைக்கு காப்பி, பலகாரம், சாப்பாடெல்லாம் நான்தானே பண்ணி போடறேன்.

மாது : ஜானகி! குழந்தையை பாத்துக்கிட்டது போதும்... தாத்தாவையும் நடுநடுவுல கவனிடி... மாட்டுப்பொண் உன்னை அவர் மறந்துடப் போறார். அப்புறம் ஆச்சி கைல ஆட்சி பூடும்!

மைதிலி : ஆச்சினு கூப்பிடாதீங்க... மைதிலினே Styleஆ கூப்பிடுங்க.

சீனாதானா : நீ வா பேபி.

மாது : பேபியா! யோவ்! போறும்யா பேபி... அதான் 17 பேபியாச்சே? இன்னும் என்ன பேபி? எங்க போறீங்க?

சீனாதானா : எங்க ஊர்ல ஒரு டெண்ட் கொட்டகைதான்-

நிறைய சினிமா பார்ப்போம்ங்க. அதுதான் இந்த ஆறு மாசத்துல பாத்து முடிச்சுடலாம்னு. அந்த லிஸ்ட்டை எடு புள்ள - எவ்வளவு படம் பாக்கலை - பெற்றால் தான் பிள்ளையா, எங்க வீட்டுப் பிள்ளை, குழந்தைக்காக, பிள்ளையோ பிள்ளை...

மாது : பாக்கற படமும் எழவு பிள்ளை, குழந்தைன்னு இருக்கு.

மைதிலி : அந்த படம் விட்டுட்டீங்களே. மக்களை பெத்த மகராசி. அது கூடத்தான் பாக்கலை.

மாது : மக்களை பெத்த மகராசி. அதையேன் தியேட்டருக்கு போய் பாக்கணும். உங்களை பார்த்தா போறாதா? இதெல்லாம் பழைய படம் - இப்ப ஓடாது.

சீனாதானா : இப்ப நாங்க போறது ஊமை விழிகள். டிக்கட் கிடைக்கலேன்னா மௌனராகம் வா... டார்ஜிலிங்... (Exit)

மாது : டார்ஜிலிங்கா? அல்பத்துக்கு பவுசு வந்தா அர்த்த ராத்திரியில குடை புடிக்குங்கறது சரியாத்தான் இருக்கு. அப்ப நான் வரேண்டி - நீ ஆட்டோ வச்சுண்டு போயிட்டு வா.

(குப்புசாமி Entry) சகுணமே சரி இல்லை. என்ன மாமா கைல? எங்கயோ பாத்தா மாதிரி இருக்கு.

குப்புசாமி : (அவர் கையில் மருதநாயகம் BABY PROTECTOR) குழந்தைக்கு பொம்மை வாங்கிண்டு வர சொன்னார் தாத்தா. அந்த கடைக்குள்ள மெடிகல் ரெப்ரஸண்டேடிவ் மருதநாயகத்தை பாத் தேன். இதை வாங்கிக்க சார் குழந்தைக்கு கவசம் மாதிரினான். நான் வாங்க மாட்டேனுட்டேன். வர வழில பாத்தா கைல இது இருக்கு.

மாது : அது ஒரு Type ஆன ஞாபக மறதி கேஸ்... உங்க கிட்ட இதை கொடுத்துட்டு, இதுக்கு பதிலா

வேற எதயான எடுத்துண்டு போயிருப்பானே... பொம்மை வாங்கினேளா?

குப்புசாமி : ஆமாம். பொம்மை எங்க?

மாது : அது மருதநாயகம் கைல இருக்கும். அதுக்கு பதிலாத்தான் இந்த Baby helmet.

குப்புசாமி : இப்ப என்ன பண்றது!

மாது : பரவாயில்லே. நான் அன்னிக்கே பாத்தேன் நல்ல கண்டுபுடிப்பு தான். ஜானகி, போலியோ மருந்து போடறச்சே, இதுல வச்சு எடுத்துண்டு போ நம்ம குழந்தையை.

குப்புசாமி : நம்ம குழந்தையா? சீனாதானாது.

மாது : சரி மாமா, பெத்தா தான் புள்ளையா? யாருக்கோ பொறந்த கிருஷ்ணன யசோதை வளர்க்கலையா?

குப்புசாமி : அது யசோதா...

மாது : ஆமாம், என்ன ஒரு கால்ல செருப்பு ஒரு கால்ல Shoe?

குப்புசாமி : ஆமாம், கடைக்குள்ள செருப்பை கழட்டி வச்சுட்டு போக சொன்னான். அந்த மருதநாயகம் என்னோட ஒரு செருப்பை போட்டுண்டு போயிட்டான் போல இருக்கு.. இப்படி ஒரு அறிவு கெட்ட முட்டாளை நான் பார்த்ததே இல்லை.

மாது : நீர் என்ன அறிவுக்கடலோ? அவன்தான் உம்ம செருப்பை போட்டுண்டு போயிட்டான். நீர் ஏன் அவனோட ஒரு Shoeவை போட்டுண்டேள்?

காட்சி 11

இடம்: டாக்டர் ரமாமணி Clinic

(ஜானகி அமர்ந்திருக்கிறாள்; மருதநாயகம் Entry)

மருதநாயகம் : நமஸ்காரம்.

ஜானகி : நமஸ்காரம்.

மருதநாயகம் : டாக்டர் ரமாமணியை பாக்க வந்தீங்களா?

ஜானகி : ஆமாம்.

மருதநாயகம் : அப்பா...

ஜானகி : என்ன?

மருதநாயகம் : அப்ப இதான் டாக்டர் ரமாமணி Clinic. எவ்வளவு தடவை வந்தாலும் மறந்து மறந்து போயிடுதுங்க. உங்களை எங்கயோ பாத்தா மாதிரி இருக்கே?

ஜானகி : அன்னிக்கு என் Husband மாதுவோட வந்தேனே?

மருதநாயகம் : ஆ... இப்ப ஞாபகம் வரது... உங்க பேர்?

ஜானகி : ஜானகி.

மருதநாயகம் : ஜானகி! அன்னிக்கு வந்தாரே உங்க Husband மாது. அவரோட wife பேர் என்ன?

ஜானகி : அய்யோ... அதுதான் நான்...

மருதநாயகம் : அதுவும் நீங்கதானா? என்ன தனியா வந்துருக்கீங்க? உங்க wife மாதுவை அழைச்சிண்டு வரலையா? அடடே, என்னது இது, நம்ம Child Helmet - இது ஏது உங்களுக்கு?

ஜானகி : எங்கப்பா தந்தார்.

மருதநாயகம் : உங்கப்பாவா... அப்ப உங்கப்பாதான் மெடிகல் ரெப்ரஸெண்டேடிவ் மருதநாயகமா? அப்ப நான் யாரு? என்னது ஒரு கால்ல Shoe இன்னொரு கால்ல செருப்பு! இப்ப ஞாபகம் வந்துடுத்து உங்கப்பா பேரு குப்புசாமியா?

ஜானகி : ம்...

மருதநாயகம் : நான் பொம்மை கடைல என்னோட இந்த Helmetஐ தந்துட்டு அவர் வாங்கின பொம்மையை மாத்தி எடுத்துண்டு போயிட்டேன். பரவாயில்லே வச்சுக்குங்க. அப்புறம் வந்து இதுக்கான பணம் கலெக்ட் பண்ணிக்கறேன்.

ஜானகி : எங்க அப்பா வாங்கின பொம்மை எங்க?

மருதநாயகம் : அது கஷ்டம்ங்க... அதுக்கப்புறம் பல இடம் போனேன். எவ்வளவோ கை மாறித்து. பரவால்லே இதுக்கு பணம் தரச்சே, பொம்மை விலை கழிச்சுடுங்க.

(டாக்டர் ரமாமணி Entry)

ஜானகி : டாக்டர், குழந்தைக்கு போலியோ drops போடணும்.

ரமாமணி : நான் ஒரு அவசர கேஸா போயிண்டு இருக்கேன். நீங்க உள்ள என் Mrs. இருக்கா அவகிட்ட போங்க. அவ போலியோ drops போட்டு விடுவா... என்னய்யா, மருதநாயகம்?

மருதநாயகம் : கம்பௌண்டர், டாக்டர் ரமாமணி இருக்காரா?

ரமாமணி : டேய்! நான்தான்யா அது.

மருதநாயகம் : டாக்டர், ரொம்ப Thanks... உங்களால என்னோட Child Helmet Marketல பயங்கரமா pickup ஆயிடுச்சு... உங்களுக்கு ஒரு SAMPLE தந்துட்டு போகலாம்னு வந்தேன்... இந்த Bagல இருக்கு...

ரமாமணி : உள்ள போய் டேபிள்ள வச்சுட்டு போ. (மருதநாயகம் உள்ளே Exit)வேற எதையும் எடுத்துண்டு போயிடாதே. (மருதநாயகம் Entry with பெட்டி) குழந்தை அழுகுரல்...

மருதநாயகம் : என்னது இது குழந்தை அழற சத்தம்? ஒரு வேளை உள்ள இருக்கற அந்த மாது Husband ஜானகியோட wife குழந்தை அழறதா? குழந்தையை அழவிட்டுட்டு டாக்டர் wife வோட அரட்டை. (கொஞ்சம் தள்ளி போய் காதில் பெட்டி வைத்து பார்த்து) என்னதுது...

குழந்தை எங்க? அழற சத்தம் பெட்டிக்குள்ளே இருந்து வரது. ஒரு வேளை பெட்டியும் அழறதா... அடுத்த வருஷத்துக்குள்ள அழாத பெட்டியா கண்டுபிடிக்கணும்.

ஜானகி குரல் : நான் வரேன் டாக்டர்.

ஜானகி : சமத்து... அழாம இருக்கீயே- (பார்த்து) அய்யய்யோ கம்பௌண்டர் குழந்தையைக் காணும்.

கம்பௌண்டர்: சீனாதானா குழந்தையா?

காட்சி 12

இடம்: மாதுவின் வீடு

(சிங்கப்பூர் தாத்தா குறுக்கும் நெடுக்குமாக நடக்கிறார். ஒரு sideல் மாதுவின் தாத்தா அமர்ந்துள்ளார்)

மாது : தாத்தா எதுக்கு டெலிபோன் பண்ணி லீவு போட்டுட்டு அவசரமா வரச் சொன்னே?

தாத்தா : அங்க பாரு.

மாது : யார் அவர்?

தாத்தா : சீனாதானாவோட சிங்கப்பூர் தாத்தாவாம்.

மாது : சீனாதானாவோட சிங்கப்பூர் தாத்தாவா?

தாத்தா : ஆமாம். சீனாதானா எங்கேன்னு கேட்டார்.

மாது : சீனாதானா சினிமாவுக்கு போய் இருக்கார்... என்னவாம்?

தாத்தா : சீனாதானாவோட பேசணுமாம்.

மாது : என்ன பேசணுமாம்...

தாத்தா : அதை கேட்டதுக்குத்தான் ஏன் எதுக்குனு கேக்காதிங்கன்னு சொல்லிட்டார். One Hour முன்னாடி இப்படி நடக்க ஆரம்பிச்சவர் - ஓயாம நடந்துண்டே இருக்கார்.

மாது : One Hourஆ நடக்கறாரா?

தாத்தா : இன்னும் கேட்டார். சீனாதானா இப்ப பாக்க எப்படி இருக்கார்னு... ஏன்னா ரொம்ப வருஷங் களுக்கு முந்தி சீனாதானாவை பார்த்ததாம். இப்ப அடையாளம் தெரியாதாம். நீ பேசிப் பாரு. சார் சார், நடந்தது போதும். எனக்கு கால் வலிக்குது.

மாது : இரு தாத்தா, One Hourஆ நடக்கறார் இல்லையா? மெள்ள Slowdown பண்ணித்தான் நிக்கணும்.

சி.தாத்தா : என்ன?

தாத்தா : ஏதோ பேசணும்னீங்களே... தோ வந்துருக்கான்... இவன் கிட்ட பேசிக்குங்க.

சி.தாத்தா : சீனாதானா... சீனாதானா...

மாது : யோவ்! நான் சீனாதானா இல்லை, மாது. ஏன் சார் சீனாதானாவோட தாத்தாங்கறீங்க... அவனையே அடையாளம் தெரியாதா?

சி.தாத்தா : எப்படிப்பா தெரியும்? எப்பவோ சின்ன வயசுல பார்த்தது...

மாது : என்ன சார் கத வுடறீங்க? உங்களுக்கு சின்ன வயசுல சீனாதானாவே பொறந்துருக்க மாட்டானே?

சி.தாத்தா : சீனாதானாவுக்கு சின்ன வயசு இருக்கறச்சேல்ல நான் பாத்தது... அப்பவே நான் சிங்கப்பூர் போயிட்டேன். அதான் அவனுக்கும் என்னை அடையாளம் தெரியாது. எனக்கும் அவனை அடையாளம் தெரியாது.

மாது : இப்ப சீனாதானா சினிமாவுக்கு போட்டுண்டு போயிருக்கற டிரஸ்க்கு எங்களுக்கே அவனை அடையாளம் தெரியாது. ஆமாம், என்ன விஷயமா அவனை பாக்க வந்தீங்க?

சி.தாத்தா : ஏன், எதுக்குன்னு கேக்காத... (மறுபடியும் குறுக்கும் நெடுக்கும் நடக்கிறார்)

மாது : தெரியாத்தனமா ஏன் எதுக்குனு கேட்டுட்டேன்.

நடக்க ஆரம்பிச்சுட்டார்... என்ன இப்படி ஒரு நடை... சிங்கப்பூர்லேந்து நடந்தே வந்தீரா? சரி, ஏன் எதுக்குனு கேக்கலை... இப்படி வாங்க...

சி.தாத்தா : (வந்து) என்ன?

மாது : உங்க பேர் என்ன?

சி.தாத்தா : அடைக்கப்ப ஆவுடையப்ப இன்பரசு ஈசனார்.

மாது : அடைக்கப்ப ஆவுடையப்ப இன்பரசு ஈசனார். சின்ன வயசுல வச்ச பேரா இல்லை இப்ப நடக்கறச்சே யோசிச்ச பேரா... இவ்வளவு பெரிசா இருக்கு. சீனாதானா மாதிரி சுருக்கமா ஆனா ஆவன்னா இனா ஈயன்னாவா?

சி.தாத்தா : ஆமாம்.

மாது : என்ன வயசு ஆறது?

சி.தாத்தா : 79.

மாது : தாத்தா, உன் வயசு?

தாத்தா : பாக்க என்னைவிட youngஆ இருக்கார். வயசானவரா தெரியலையே?

மாது : இப்படி வேகமா நடந்ததுல வயசு போனதே தெரியலே போலருக்கு. பாக்க 59 மாதிரிதான் இருக்கார். வேகமா நடந்து 79ஐ Cross பண்ணிட்டார். சிங்கப்பூர்ல என்ன பண்றீங்க?

சி.தாத்தா : செருப்பு வியாபாரம்.

மாது : அதான் அந்த நடை நடக்கறீங்களா? இந்த சிங்கப்பூர் செப்பல்ஸ்ங்கறது உங்களுதுதானா? சிங்கப்பூர் சின்ன தாத்தா, வந்த விஷயத்தை சொல்ல மாட்டீங்களா? சீனாதானா கிட்டதான் பேசுவீங்களா?

தாத்தா : எப்படிடா மாது, சீனாதானாவுக்குத் தான் பேச வராதே?

சி.தாத்தா : சீனாதானாவுக்கு ஏன் பேச வராது?

மாது : நீங்க கடைசியா பாத்தபோது சீனாதானா குழந்தை

இல்லையா? அப்ப பேசவராதுங்கறார் எங்க தாத்தா... குழந்தை பேசுமா? இந்த எழவை வேற எப்படி சமாளிக்கப் போறேனோ?

தாத்தா : என்னடா சமாளிக்கணும்?

மாது : ஒண்ணுமில்லை. தாத்தா பாவம்... மனுஷன் ஒரு மணி நேரமா நடந்துருக்கார். டயர்டா இருப்பார். போய் காபி கொண்டு வா...

சி.தாத்தா : காப்பி வேணாம் - சீனாதானாவை பாக்கறவரை பல்லுல பச்சை தண்ணிபடாது.

மாது : எங்க வீட்டு காபி பச்சை தண்ணி இல்லை. வென்னீர் தண்ணி... பல்லுல படாம தூக்கி குடிச்சுடுங்களேன். தோ பாருங்க... சீனாதானா சினிமாவுக்கு போயிருக்கான், வர மணியாகும். நீங்களும் ஏன் ஏதுன்னு கேட்டா நடக்க ஆரம்பிச்சுடுவீங்க. ஒண்ணு பண்ணுங்க-சீனாதானா வரவரை நடங்க, வேணாங்கல. But அப்படி ஓரமா நடந்துக்குங்க. இது நாங்க போய் வர இடம் - மேல இடிச்சுப்பீங்க.

(சீனாதானா - மைதிலி Entry)

மாது : வா சீனாதானா, உனக்காகத்தான் waiting... என்ன சினிமா போகலை?

மைதிலி : டிக்கட் கிடைக்கலை; எல்லாம் இவுகளால...

சீனாதானா : உனக்கெங்கடி போச்சு புத்தி... Gentsனா ஆம்பளை, ladiesனா பொம்பளை தானே? சரினு போய் நான் Gentsலயும் இவ Ladiesலயும் நின்னா, கொஞ்ச நேரம் கழிச்சு பார்த்தா நாங்க நிக்கறோம், டிக்கட் அங்க எங்கயோ தராங்கன்னு சொன்னாங்க. நாங்க நின்னது பாத்ரூமாம். வெறுப்புல தியேட்டர்லேந்து வேகமா நடந்தே வந்துட்டோம். (சிங்கப்பூர் தாத்தா நடப்பதைப் பார்த்து...) அவுக யாரு? வீட்டுக்குள்ளயே இந்த வேகமா நடக்கறாரு? ஏன் அவருக்கும் சினிமா டிக்கட் கிடைக்கலையா? அவர் வீட்டுல போய் நடக்காம நம்ம வீட்டுக்குள்ள ஏன் நடக்கறாரு?

மாது : சீனாதானா, நல்லா பாரு. உனக்கு அவரை அடையாளம் தெரியலை? தாத்தா...

சீனாதானா : தாத்தாவா? ஏன் இப்படி அடையாளம் தெரியாத அளவுக்கு மேக்கப் போட்டுகிட்டு இந்த நடை நடக்கறாரு? என்னாச்சு உங்க தாத்தாவுக்கு...

மாது : முண்டம்... உங்க தாத்தாடா...

மைதிலி : சிங்கப்பூர் தாத்தாவா?

மாது : அவரேதான். Hello சீனாதானா...

சீனாதானா : அவரை போய் சீனாதானாங்கறே?

மாது : சிங்கப்பூர் தாத்தா - சுருக்கமா சீனாதானா. அவர் பேரை கேட்டா என்னவோ ஆனாஆவன்னா... இனா ஈயன்னாவ அரிச்சுவடி சொல்றார். (சீனா தானா மைதிலி பக்கம் நிற்க) உங்க சீனாதானா வந்தாச்சு... பேசிக்குங்க...

சி.தாத்தா : சின்ன வயசுல பார்த்தது. சுத்தமா அடையாளம் தெரியலை. மாது அவங்க ரெண்டு பேர்ல யார் சீனாதானா?

மாது : யோவ்! என்னதான் சின்ன வயசுல பார்த்தாலும் ஆம்பளைக்கும் பொம்பளைக்கும் வித்தியாசம் தெரியாதா? இதான்யா சீனாதானா - உன் பேரன்.

சி.தாத்தா : சீனு தம்பி...

சீனாதானா : தாத்தா...

சி.தாத்தா : சீனாதானா...

சீனாதானா : தானாதானா...

மாது : ஆனா... தானா... தானா...

சீனாதானா : தாத்தா... தாத்தா... இதான் நம்ம புள்ளை... மைதிலி, கும்பிட்டுக்க.

மைதிலி : ஆமாம். சிங்கபெருமாள் கோயில்ல தவிக்க விட்டுட்டு, சிங்கப்பூர்ல போய் ஜாலியா இருந் தவர்தானே?

சீனாதானா : சும்மா இரு புள்ள. அது நடந்து போன விஷயம். இப்ப நடக்கப் போறதை பார்ப்போம்.

மாது : அவரே இப்ப தான் நடந்து முடிஞ்சு வந்து இருக்கார். நீயேன் நடக்கப் போறதுன்னு சொல்லி அவரை உசுப்பிவிடறே. மறுபடி நடக்க ஆரம் பிச்சுடப்போறார்.

சி.தாத்தா : மைதிலி, மன்னிச்சுடும்மா. நான் பண்ணின தப்புக்கு பரிகாரம் பண்ணத்தான் வந்துருக் கேன். சீனாதானா, சிங்கப்பூர்ல எனக்கு ஒரு கோடி ரூபா சொத்து இருக்கு.

சீனாதானா : ஒரு கோடியா...

சி.தாத்தா : அதுல 50 லட்சம் உம்பேர்ல உயில் எழுதி வக்கப் போறேன்.

மைதிலி : 1/2 கோடியா?

சி.தாத்தா : ஒரே ஒரு கண்டிஷன். உம் புள்ளையை எனக்கு சுவீகாரம் தரணும், தருவீயா?

மாது : சுவீகாரம் தந்தா 1/2 கோடியா? சீனாதானா, பரவால்லேய்யா... என்னது உம் புள்ளைக்கு இப்படி மார்க்கெட்டுல திடீர்னு ஒரு Demand... அப்பன் சொத்து புள்ளைக்கு போவும்பாங்க... இங்க அப்பனுக்கு சொத்து புள்ளையால சேருதே!

சி.தாத்தா : சுவீகாரம் தருவீயா?

மாது : தரேன்னு சொல்லுய்யா. அதான் வசவசன்னு 16 இருக்கே... தோ பார் பெரியபுள்ளையை 50 லட்சத்துக்கு குடு... கூட இரண்டாவது புள்ளைய இலவசமாகவும் அடிச்சு விடு.

சி.தாத்தா : பெரிய புள்ளையா? அய்யய்யோ, நான் சுவீகாரம் எடுக்கப் போற குழந்தை ஒரு வயசுக்குள்ள இருக்கணும்.

மாது : ஒரு வயசுக்குள்ள உள்ள குழந்தையா?

சீனாதானா : 17வது - அதான் இருக்கே...

மாது : அது கிராமத்துல இருக்கு, தரமுடியாது.

சி.தாத்தா : தரேன்னு சொல்லு... இன்னிக்கே கார்ல கிராமம் போவோம்.

மாது : இல்லீங்க, 17வது தர முடியாது. அது already Booked. சீனாதானாகிட்ட 16வது - 1 வயசு குழந்தை இருக்கு.

சி.தாத்தா : நான் ஒரு வயசுக்குள்ள இருக்கற குழந்தையைத் தான் சுவீகாரம் எடுத்துக்கணும். அதுவும் நவம்பர் 23 தேதிக்குள்ள...

மாது : நவம்பர் 23 தேதிக்குள்ளயா?

சி.தாத்தா : நம்பினா நம்புங்க நம்பாட்டா போங்க... சிங்கப் பூர்ல பரண்லே ஒரு கள்ளிப் பெட்டி இருந்துச்சு. அதுல ஒரு டயரி. அதுல எழுதி இருக்கு November 23 தேதிக்குள்ள நான் ஒரு வயசுக்குள்ள இருக்குற ஒரு குழந்தையை சுவீகாரம் எடுத்துக்கலேன்னா என் உயிர் போயிடுமாம்.

மாது : என்ன கண்றாவிடா இது! சிங்கப்பூர்லயும் ஒரு CBI டயரியா?

சி.தாத்தா : CBI இல்லீங்க, CPI... எங்க அப்பச்சியோட அப்பச்சியோட அப்பச்சி... CPI அவர் எழுதினது. சீனாதானா சுவீகாரம் தருவீயா? (தாத்தா Entry with plate-அதில் Sweet காரம்) சொல்லுடா. சுவீகாரம் தருவீயா? என்னவே பதிலே பேச மாட்டேங்கறே? பேசு ஏலே... தருவீயா... சுவீகாரம் தருவீயா?

தாத்தா : Hello சிங்கப்பூர், இந்தாங்க sweet காரம்.

சி.தாத்தா : மொதல்ல சுவீகாரம்... அப்பால sweet காரம். சொல்லுடா சுவீகாரம் தருவீயா?

தாத்தா : அவன் பேசமாட்டான். மைதிலி, நீதான் சொல்லேம்மா - கேக்கறார் இல்லே... சுவீகாரம் தருவீயான்னு... அந்த 17வது பெத்தது கிராமத்துல இருக்கே - அதை தந்துட்டுப் போங்களேன்.

சி.தாத்தா : பாருங்க நீங்களே, இவ்வளவு கேக்கறேன்... ஊமையாட்டம் நிக்கறான்...

தாத்தா : யோவ்! நிக்கறது என்னய்யா? உக்காந்தாலும் அவன் ஊமையாட்டம்தான் உக்காருவான்.

மாது : (தாத்தாவை தள்ளி) தாத்தா பேரனுக்குள்ள ஏதோ தகராறு, நீயேன் தலையிடறே? நீ உள்ளே போ.

தாத்தா : மாது, ஒரு விஷயம். காலண்டரை பாத்தேன். இன்னும் ரெண்டுநாள்ள CBI டயரி பிரகாரம் நவம்பர் 23 Deadline வரது.

மாது : யார் Deadனு இன்னும் முடிவாகலை. நீ உள்ள போ.

சி.தாத்தா : சரி, நீ பேச வேணாம். தோ பார், உனக்கு ரெண்டு நாள் டயம் தரேன். நவம்பர் 23 நான் சிங்கப்பூர் போறேன். அதுக்குள்ள இஷ்டமிருந்தா உன் னோட 17வது புள்ளையை தா. நான் Hotel Chola 16வது நம்பர் ரூம்லே இருப்பேன். நீ வரல்லே, இருக்கவே இருக்கு சிவானந்தா ஆசிரமம். அங்கேருந்து நான் ஒரு குழந்தையை எடுத்துக்க றேன். வரேன் சீனாதானா, இப்ப போறது உன் தாத்தா மட்டுமில்ல - 50 லட்சம்.

மைதிலி : என்னங்க அப்ப 1/2 கோடிங்கறார். இப்ப 50 லட்சம்னு குறைச்சுட்டார்.

சீனாதானா : ரெண்டும் ஒண்ணுதான்வே. மானாதூனா...

மாது : (தயங்கி) சீனாதானா...

சீனாதானா : புள்ளைய குடுவே.

மாது : சீனாதானா...

சீனாதானா : எம்புள்ளை முத்துகருப்பனை தாவே...

மாது : பாவி! புத்தியை காட்றியே? 50000 தந்தேனேடா!

சீனாதானா : தோ பார்வே... குழந்தைகளை நான் பெத்துக் கறதுல மட்டும் கணக்கு பாக்கலை. மத்தபடி பண விஷயத்துல நான் கணக்குதான் பாப்பேன். 50 லட்சம் 50000த்தைவி பெரிசுவே.

மாது : துரோகி! அம்மா ஆச்சி சொல்லுங்கம்மா.

மைதிலி : தோ பாருங்க... இப்ப தான் உங்களுக்காக அவர் ஊமையா நடிச்சார். மத்தபடி வூட்டுல அவர்தாங்க

பேசுவார். நான் ஒரு வார்த்தை எதிர்த்து பேசாம ஊமையாவே இருந்துடுவேன்.

சீனாதானா : ஏ புள்ளை, இன்னும் என்ன பேச்சு? உள்ள போய் மூட்டை முடிச்செ கட்டற வழியை பாரு... நம்ம இப்பவே முத்து கருப்பனோட சோளா ஓட்டலுக்கு போறோம்.

மாது : அடப்பாவி! பணம் பத்தும் செய்யுங்கறது கரெக்டாதான் இருக்கு.

சீனாதானா : பத்து இல்லீங்க. பதினேழு.

மாது : ஏண்டா இப்படி பணம் பணம்னு அலையறே?

சீனாதானா : சொல்லுவீங்களே... 17 புள்ளை பெத்துட்டு கிராமத்துல வேகாத வெய்யில்ல வானம் பாத்த பூமியில விதை விதைச்சுட்டு அது விளையுமா, விளையாதான்னு வவுத்துல நெருப்பை கட்டிகினு வெவசாயம் பண்ணி பாருங்க. அப்ப தெரியும் பணத்தோட அருமை. நான் ஏன் 50 லட்சத் துக்கு சுவீகாரமா எம் புள்ளையை குடுத்தேன்னு புரியும்... என் நிலமைல நீங்க இருந்தீங்க 50 பைசாவுக்கு உங்க தாத்தாவையே சுவீகாரம் தந்துடுவீங்க.

(ஜானகி Entry)

மாது : ஜானகி, வாடி... போச்சு, எல்லாம் போச்சு.

ஜானகி : எல்லாம் போச்சா? வேற என்ன காணாம போச்சு?

மாது : என்னடி சொல்ற?

ஜானகி : ரமாமணி Clinicல குழந்தைக்கு போலியோ drops கொடுத்துட்டு பெஞ்சில வச்சுட்டு டாக்டர் wife வோட பேசிட்டு வந்து பாக்கறேன். குழந்தையை காணும்னா.

மைதிலி : ஐயோ, எம் புள்ளைய காணுமா?

மாது : இரு ஆச்சி. என்னடி மருதநாயகம் கொடுத்தது இதுக்குள்ளதானே இருந்தது?

ஜானகி : இதுதான்னா இருந்தது. உள்ள குழந்தையை காணும்.

மாது : என்னடி உளர்றே? எவண்டி நர்சிங் ஹோம்ல நுழைஞ்சு இதை தொறந்து குழந்தையை எடுத்தது? ஒரு நிமிஷம்... என்னது இதுல FREE SAMPLEனு போட்டுருக்கு? ஜானகி! அங்க மருதநாயகம் வந்தானா?

ஜானகி : வந்தான்.

மாது : படுபாவி! இதை வச்சுட்டு குழந்தையை எடுத்துண்டு போயிட்டான் போலருக்கு. கவலைப் படாதீங்க... மருதநாயகம் எங்கயான ஏதான நர்ஸிங் ஹோம்லதான் இருப்பான். பிடிச்சிடலாம். இதைப் பத்தி தாத்தாகிட்ட வாயை தொறக்காதீங்க.

சீனாதானா : அவர் எப்படி கேப்பார்? அவர் தான் Hotel Cholaல இருக்காரே?

மாது : எங்க தாத்தாய்யா... வா சீனாதானா, நாங்க குழந்தையோட வர்றோம்.

சீனாதானா : ஏங்க யார் அது மருதநாயகம் - புள்ளை புடிக்கற வரா?

மாது : அட சீ... வாவே...

காட்சி 13

இடம்: ஒரு நர்ஸிங் ஹோம்

(மருதநாயகம் கையில் பெட்டி)

மருதநாயகம் : டாக்டர் சிவராமன்! Please எனக்காக உங்ககிட்ட வர தாய்மார்ங்ககிட்டலாம் நம்ப பேபி Helmet வாங்க, மறக்காம Recommend பண்ணுங்க.

டாக்டர் : O.K. போய் ரெஸ்ட் எடு.

மருதநாயகம் : இன்னும் நாலு Nursing Home போகணும் டாக்டர்... இதை தவிர, டாக்டர் ரமாமணி Clinicல பாத்தேன். ஜானகியோட wife மாதுவோட அம்மா குப்புசாமிங்கறவர் கிட்ட ஒரு பேபி Helmet தந்தேன்.

டாக்டர் : ஜானகியோட wife மாதுவோட அம்மா குப்பு சாமியா? குழப்பாதே, போய்யா...

மருதநாயகம் : அவங்க வீட்டுக்கு வேற போய் துட்டு கலெக்ட் பண்ணணும் (குழந்தை அழும் சத்தம்)என்ன கண்றாவி பொட்டி இது - டாக்டர் எதிர்ல பேசாம இருந்தது. அவர் போனவுடனே பொட்டி அழறது... கடைல வாங்கறச்சே VIPங்கறான்... இது V.I.P இல்லே. VAP-வெறித்தனமா அழற பெட்டி.

(அழுகை சத்தத்துடன் Exit; மாது-சீனாதானா Entry)

மாது : டாக்டர்.

டாக்டர் : Yes...

மாது : மருதநாயகம் வந்தானா?

டாக்டர் : இப்ப தான் போறான்... நீங்க...

மாது : மாது.

டாக்டர் : யார் அந்த ஜானகியோட wife மாதுவோட அப்பா,

குப்புசாமியோட டாட்டர் ஜானகியோட Husband மாதுவா?

மாது : வாய்யா... மருதநாயகமே தேவலை...

(Lights Off)

இடம்: வேறொரு நர்ஸிங் ஹோம்

(மாது, சீனாதானா Entry)

மாது : கண்றாவி! மருதநாயகத்தை follow பண்ணி ஓடி, ஓடி எனக்கு நுரை தப்பறது. வாயெல்லாம் வரண்டு போயிடுத்து.

சீனாதானா : இது என்ன இடம்?

மாது : டாக்டர் பன்னீர்செல்வம் நர்ஸிங்ஹோம்.

சீனாதானா : பனாசெனா.

மாது : ஆமா... பனாசெனா... தாகமா இருக்கு - நான் பனாசெனாவை பாக்கறதுக்கு முன்னாடி நான் ஒரு பனாசோனா சாப்பிட்டு வர்றேன் - பன்னீர் சோடா. டாக்டர் வந்தா மருதநாயகம் வந்தானான்னு விசாரிச்சு வை.

(Exit)

சீனாதானா : யாரு அந்த மருதநாயகம்கறது? கபோதிபய...

மருதநாயகம் : (உள்ளிருந்து Entry) என்னையா கபோதி பயன்னே?

சீனாதானா : உன்னை இல்லவே - மருதநாயகத்தை...

மருதநாயகம் : அதானே பாத்தேன். அப்புறம் இந்த டாக்டர் அனாருனா நர்ஸிங் ஹோம்க்கு வழி சொல்ல முடியுமா?

சீனாதானா : அனாருனானா - அருணாசலம்.

மருதநாயகம் : இது அந்த அனாருனா இல்லைய்யா... லேடி டாக்டர் அருணா - நியூமராலஜிக்காக கூட ஒரு 'னா' சேத்து அனாருணான்னு வச்சுருக்கேன்.

சீனாதானா : நான் பட்டணத்துக்கு புதுசு - மானாதூனா

வருவான் கேளுங்க.

மருதநாயகம் : மானாதூனாவா?

சீனாதானா : நான் சீனாதானா...

மருதநாயகம் : மானாதூனா சீனாதானா - சீனாதானா, இந்த விளையாட்டு இனி வேணாம். எனக்கு வேலை இருக்கு. நான் வர்றேன் (திரும்பி) சீனாதானா இப்படி வா. பட்டணத்துக்கு புதுசா? கிராமத்தான் நீயான நம்பறியா பாப்போம். இந்த பொட்டி நான் தனியா இருக்கறச்சே அழுவுது.

சீனாதானா : பொட்டி அழுவுதா? என்னய்யா, பொட்டி அழுவுது, பர்ஸ் பேசுதுன்னு குழப்பற? ஏற்கனவே ஒரு ஆளைத் தேடி நாங்க குழம்பி கிடக்கோம். போய் தொலைய்யா.

மருதநாயகம் : கிராமத்தானும் நம்ப மாட்டேங்கறான். இப்ப அழ மாட்டியே? தெருல போனதும் அழுவ!

(Exit; மாது Entry)

மாது : டாக்டரை பாத்தியா? (டாக்டர் Entry) Hello டாக்டர், இந்த மெடிகல் ரெப்ரஸெண்டேடிவ் மருதநாயகம் வந்தாரா?

டாக்டர் : வந்தாராவா? இத்தனை நேரம் இவர் அவர் கூடத்தானே பேசிகிட்டிருந்தான்.

சீனாதானா : அழுவற பொட்டி மருதநாயகம் - அவரா?

மாது : எங்க போறேன்னு சொன்னாரு?

சீனாதானா : அருணா நர்ஸிங் ஹோம்.

மாது : பாவி... கோட்டை விட்டுட்டியேடா...

டாக்டர் : Infact அவரோட கோட்டை வுட்டுட்டு என் கோட்டை போட்டுண்டு போயிட்டார். பாத்தா வாங்கி வையுங்க.

மாது : வாய்யா...

(Exit)

(Lights Off)

இடம்: டாக்டர் அருணா நர்ஸிங்ஹோம்

(சீனாதானா - மாது Entry)

மாது : டாக்டர்.

பெண்குரல் : Yes. Please Don't Disturb. I am very busy.

மாது : நீங்க வர வேணாம். மருதநாயகம் வந்தாரானு சொன்னா போறும்.

பெண்குரல் : மருதநாயகம் இப்பதான் வந்துட்டு போயிட்டே இருக்கார்.

மாது : போயிட்டானா? என்ன இழவு இது? நம்ம அவனை follow பண்றோமா, இல்லை அவன் நம்மளை follow பண்றானா? வா...

சீனாதானா : மானாதூனா... தோ பாருங்க... மருதநாயகத் தோட அழுவற பொட்டி- பாவம் மறந்து வச்சுட்டு போயிட்டார்-அவரைப்பாத்தா குழந்தையை வாங்கிக்கினு பொட்டியை தருவோம்.

மாது : ஏ, வெறும ஓடறதே கஷ்டமாயிருக்கு... பொட்டிய வேற தூக்கிக்கிட்டு ஓடணுமா? போப்பா...

(Exit)

(குழந்தை அழுகுரல் - மருதநாயகம் Entry)

மருதநாயகம் : சனியன் புடிச்ச பொட்டியே, என்னை பாத்த வுடனே அழ ஆரம்பிச்சுடுவியே! அப்படி உள்ள என்னதான் வச்சுருக்கு அழறதுக்கு. இனிமே என்னால பொறுக்க முடியாது. சாவியை போட்டு தொறந்தே பாத்துடறேன். (பாக்கெட்டிலிருந்து HAIR PINஐ எடுத்து...) என்ன இது? பொம்பளை ஜடைக்கு போட்டுக்கற கொண்டை ஊசி. சாவிக்கு பதிலா இது எப்படி எம்பாக்கெட்டுல வந்தது?

டாக்டர்

அருணா குரல் : கம்பவுண்டர், என்னய்யா இது? என் தலைல கொண்டை ஊசிக்கு பதிலா, சாவி சொருகி இருக்கு.

மருதநாயகம் : அய்யோ, டாக்டர் அருணா தலைல சாவியை குத்திட்டு மறதியா கொண்டை ஊசியை எடுத் துண்டு வந்துட்டேனா? அது சரி, டாக்டர் அருணா தலைல சாவியை எதுக்கு குத்தினேன்? என்ன எழவு ஞாபக மறதியோ? சனியனே, உன்னை வீட்டுக்கு போய் உடைச்சுப் பாத்துட்டுத்தான் மறுவேலை.

காட்சி 14

இடம்: மாதுவின் வீடு

(மாது, சீனாதானா Entry)

மாது : சீனாதானா, இப்ப என்னய்யா பண்ணறது? குழந்தை எங்கேன்னு தாத்தா கேட்டா என்ன பதில் சொல்றது?

சீனாதானா : தாத்தா ஏன் கேக்கறாரு? தாத்தாதான் கறாரா சொல்லிட்டு போயிட்டாரே - 50லட்சம் வேணும்னா குழந்தையோட Hotel Cholaக்கு வான்னு.

மாது : பீடை, நான் என்னோட தாத்தாவை சொன் னேன். உன்னோட சிங்கப்பூர் தாத்தாவை தூக்கி கடல்ல போடுய்யா.

சீனாதானா : இப்ப உங்க தாத்தாவை தூக்கி கூவத்துல போடவா?

மாது : ஆரம்பத்துலயே இதை நாம செஞ்சிருந்தா இந்த அலைச்சலானா மிச்சமாயிருக்கும்.

சீனாதனா : தப்பு உம் பேர்லதான். எம் புள்ளைய ஏன்வே உம்புள்ளைனு தாத்தா கிட்ட பொய் சொன்னே?

மாது : நான் சொன்னா உன் மூளை எங்க போச்சு? இது எம் புள்ளைதான்னு சொல்ல வேண்டியது தானே? ஊமையாட்டம் நின்னயே?

சீனாதானா : நீ தானவே நிக்க சொன்னே?

மாது : சத்தம் போடாதய்யா... தாத்தா காதுல விழப் போவுது.

சீனாதானா : நான்தான் ஊமையாச்சே. நான் பேசினா எப்படி விழும்?

மாது : இந்த ஜானகியும் மைதிலியும் தாத்தாகிட்ட உளறி வைக்காம இருக்கணும். அதுங்க ரெண்டும் எங்க?

(ஜானகி - மைதிலி - குப்புசாமி Entry)

மாது : ஜானகி, ரெண்டு பேரும் எங்கடி போயிருந்தீங்க?

ஜானகி : வீட்ல இருந்தா, தாத்தா குழந்தை எங்கேம்பார்... அதான் கோயிலுக்கு போயிட்டோம்.

மைதிலி : எம் புள்ளை முத்து கருப்பன் திரும்ப கிடைக்கணும்னு வேண்டிகிட்டு பாவம் ஜானகி புள்ளை, புள்ளையார் கோவிலை அங்கப்பிரதட்சணம் பண்ணித்து.

சீனாதானா : ஏண்டி அவ பிள்ளையார் கோவிலை அங்கப் பிரதட்சணம் பண்ணறதை, பெத்தவ நீ வேடிக்கை பாத்துட்டு வந்தியா?

ஜானகி : இல்லீங்க, அவங்களும் அங்கப் பிரதட்சணம் பண்ணாங்க.

மைதிலி : இந்த புள்ளையோட நல்ல மனசுக்கு இதுக்கு சீக்கிரமே ஒரு குழந்தை பொறக்கணும்னு வேண்டிகிட்டு அனுமார் கோயிலை நான் அங்கப்பிரதட்சணம் பண்னேன்.

மாது : அனுமார் கோவிலா? நீங்க ஏன் பிள்ளையார் கோவிலை அங்கப்பிரதட்சணம் பண்ணலை?

குப்புசாமி : ஆமாம் மாப்பிள்ளை, பிள்ளையார் பிடிக்க குரங்கா முடிஞ்சுடக் கூடாதேங்கறதுக்காகத்தான். நான்தான் ஜானகியை பிள்ளையார் கோவிலை யும், மைதிலியை அனுமார் கோவிலையும் அங்கப்பிரதட்சணம் பண்ணச் சொன்னேன்.

மைதிலி : அதை வுடுங்க. குழந்தை கிடைச்சுதா?

மாது : நீங்க கோவிலைத்தான் அங்கப்பிரதட்சணம் பண்ணீங்க. நாங்க மெட்ராஸ் பூரா அங்கப் பிரதட்சணம் பண்ணியாச்சு... கிடைக்கலை...

குப்புசாமி : கிடைக்கலையா... மருதநாயகம் வீட்டுக்கே போய் பாத்துடறதுதானே?

மாது : போய் அவனையே பாத்து கேட்டாச்சு. குழந்தை இல்லை. பொட்டியையே தொறந்து காட்டினான். No use. பொட்டி சுத்தமா காலி.

குப்புசாமி : அய்யோ, இப்ப என்ன பண்றது?

மாது : எப்படியும் கண்டு புடிச்சுடலாம். மொதல்ல தாத்தாவை சமாளிக்கணும். எப்படி... பேசினா மாட்டிப்பேன்... So, நான் பேசக்கூடாது. இவனும் பேசினா மாட்டிப்பான். ஏன்னா இவன் பேசவே கூடாது - ஊமை. இப்படி ஆகும்னு தெரிஞ்சிருந்தா எழவு, இவனுக்கு பதிலா, நான் ஊமையா நடிச்சுருப்பேன்.

ஜானகி : (அழுதபடி) ஐய்யய்யோ முத்துகருப்பன் கிடைக்க லையா?

மைதிலி : (அவளை தேற்றியபடி) அழுவாத புள்ளை அழுவாத... முத்துகருப்பன் எப்படியும் கிடைச் சுடுவான். அட பாரேன், ஏங்க நீங்கதான் சொல்லுங்களேன் அழுவாதேன்னு.

மாது : நியாயமா பாத்தா அவ புள்ளை காணாம போனதுக்கு அவதாண்டி அழணும். நீ சமாதானப் படுத்தணும். ஏண்டி உல்டா அடிக்கறீங்க... ஏற்கனவே தாத்தாவை எப்படி சமாளிக்கறதுன்னு நான் குழம்பி கிடக்கேன். இப்ப இதுல உன்னை வேற சமாதானப்படுத்தணுமா? நிறுத்துடி அழுகையை.

(தாத்தா Entry with உப்பிலி)

மாது : பெரிசும் சிறிசும் சேந்து வரது. பேசாம இருங்க... வா... தாத்தா...

தாத்தா : என்னடா மாது! எங்க போய் தொலைஞ்சீங்க எல்லாரும். உங்களுக்காக தான் wait பண்ணிண்டு இருந்தேன். உப்பிலி அதெ சொல்லுடா.

மாது : என்னது தாத்தா?

தாத்தா : உயில்.

மாது : உயிலா?

தாத்தா : ஆமாம். என்னோட உயில்.

மாது : என்னது, இவ்வளவு சின்னதா இருக்கு, ஒரே பேப்பர்.

தாத்தா : அத்தனை சொத்தையும் பணமா மாத்தி Bankல போட்டுட்டேன்.

மாது : நான் போய் Draw பண்ணிக்க வேண்டியதுதானா?

தாத்தா : முண்டம், நீ போனா பைசா கூட தரமாட்டான்.

மாது : பின்ன?

தாத்தா : முத்துகருப்பன் போய் கையெழுத்து போட்டாதான் பணம் தருவான்.

மாது : முத்து கருப்பனா? அவன் குழந்தை தாத்தா... கையெழுத்து எப்படி... அவன் தலையெழுத்தே இன்னும் முடிவாகலை.

தாத்தா : முண்டம்! இப்ப இல்லை 18 வயசுல மேஜர் ஆனபிறகு முத்துகருப்பன் Bankக்கு போய், இந்த உயிலை காட்டினா வட்டியும் முதலுமா பணம் அவன் கைக்கு வரும்.

மாது : அய்யய்யோ தாத்தா... இப்படியெல்லாம் கச்சா முச்சானு உயில் எழுதாதே.

தாத்தா : ஏன்?

மாது : குழந்தை பேர்லலாம் உயில் எழுதாதே தாத்தா... 18 வயசுல அவன்தான் முத்துகருப்பன்னு Bankல எப்படி தெரியும்?

தாத்தா : நீ சொல்ல மாட்டியா? நீ சொல்லாட்டாக்கூட இதுல எழுதி இருக்கேனே - முத்துகருப்பனுக்கு

முதுகுல மாங்கா சைசுக்கு மச்சம் இருக்குன்னு - அடையாளம் காட்ட.

மாது : மாங்கா மச்சமா? அவனம்மா மசக்கைக்கு மாங்கா சாப்பிட்டதுக்கு மாமரமே இருந்தாலும் ஆச்சர் யப்படறதுக்கில்லை.

தாத்தா : தோ பார் உங்களுக்காக wait பண்னேன். யாரும் வரலை... சாட்சி கையெழுத்து உப்பிலியே போட் டுட்டான்.

குப்புசாமி : உப்பிலி சாட்சி கையெழுத்தா?

உப்பிலி : அப்பா... எனக்கு தாத்தா Lawyer கிட்ட குமாஸ்தா வேலை கிடைச்சுடுத்து.

தாத்தா : நான் கையெழுத்து போட வேண்டியதுதான் பாக்கி. உப்பிலி, பேனாவை தா.

மாது : தாத்தா, வாணாம்.

தாத்தா : என்ன சீனாதானா, நான் பண்ணது தப்பா?

(இல்லை என்று தலை ஆட்ட)

மாது : அவனை கேக்கறியே - பேசவும் முடியாது, பேச றதுக்கு அருகதையும் கிடையாது. தாத்தா முத்து கருப்பன் பேர்ல 10 லட்சம் எழுதினா -

தாத்தா : எழுதினா என்ன ஆகும்?

மாது : 10 plus 50. 60 லட்சம் ஆகும்... பாவி! முத்து கருப்பன் பதிலா சொத்துகருப்பன்னு பேர் வச்சுருக்கலாம்.

தாத்தா : உப்பிலி, பேனாவை தாடா.

மாது : உப்பிலி தராதே, தாத்தா வேணாம். சகுணம் சரியில்லை. மாமாக்கு தும்மல் வரது. தும்முங்க ளேன்.

குப்புசாமி : தும்மல் வரலையே மாப்பிள்ளை.

மாது : தேவையில்லாத போது வாந்திலாம் வருது. ஒரு தும்மல் வராதோ - தாத்தா வேணாம்.

தாத்தா : ஏன்?

மாது : அதை நான் எப்படி சொல்வேன்? தாத்தா, ஏற்கனவே, முத்துகருப்பன் பேர்ல சிங்கப்பூர் தாத்தா 50 லட்சம் எழுதப்போறார்.

தாத்தா : அது சீனாதானா புள்ளை பேர்ல; முத்துகருப்பன் உன் புள்ளையாச்சே?

மாது : ஜானகி சொல்லேண்டி - தாத்தா முத்துகருப்பன் எம்புள்ளை இல்லை.

தாத்தா : என்னம்மா ஜானகி, உம் புள்ளையை மாது தம்புள்ளை இல்லேங்கறான்.

மாது : அய்யோ அது ஜானகி புள்ளையும் இல்லை.

தாத்தா : பின்ன...

மாது : தாத்தா... அது...

தாத்தா : அது...

மாது : அது... எப்படி சொல்வேன்...

தாத்தா : சொல்ல வேணாம். நீயே படிச்சுத் தெரிஞ்சுக்க.

மாது : (உயிலை வாங்கி) சிங்கபெருமாள் கோவில் சீனா தானா என்கிற சீனுதம்பியின் 17வது புள்ளை முத்துகருப்பனுக்கு என் சொத்துக்கள் சேர வேண்டும். அவன் தனது 18வது வயதில்...

தாத்தா : சீனாதானா புள்ளைன்னு குழந்தை பொறந்து மாத்தினீங்களே - அன்னிக்கே தெரியும். குழந்தை முதுகுல மாங்கா மச்சம் - அப்பவே டவுட்டு- அப்புறம் போறச்சே சீனாதானாவோட 16 பசங் களை பாத்தேன். எல்லா பயலுக முதுகுலயும் மாங்கா மச்சம்.

மாது : தாத்தா, சீனாதானா புள்ளைக்கு உன் சொத்து போகலாமா?

தாத்தா : பைத்தியம்... அது குழந்தை இல்லடா தெய்வம். அது இருந்த ஆறுமாசம் வீடு எவ்வளவு கல கலப்பா இருந்தது. ஜானகியும் இந்த குழந்தையை சாக்கா வச்சுகிட்டு குழந்தை வளர்க்கறதை கத்துண்டுட்டா. டேய்! குழந்தை பெத்துக்கறது

சுலபம், வளர்க்கறதுதான் கஷ்டம். ஜானகிக்கு தெரியாம கடவுளா பாத்து பெத்துக்கறதுக்கு முன்னாடியே வளர்க்கற சான்ஸ் தந்திருக்கு. சரி சரி, மசமசன்னு நிக்காம ஜானகி நீ போய், மைதிலியோட குழந்தையை கொண்டுவாங்க. அது எதிர்லயே சொத்தை எழுதிடறேன்.

மாது : தாத்தா... அது... குழந்தை இப்ப வராது... ரூம்ல தூங்கறது...

தாத்தா : எழுப்பி அழைச்சுண்டு வா...

குப்புசாமி : மாப்பிள்ளை, எனக்கு கிராமத்துல வேலை இருக்கு... நான் இப்பவே பஸ் புடிச்சு...

தாத்தா : சரி, யாரும் போக வேணாம்... குழந்தை தானா வரும்... முத்துகருப்பா வாடா வெளில...

(மருதநாயகம் Entry with child)

மாது : மருதநாயகம் -

மருதநாயகம் : மன்னிச்சுக்குங்க, உங்ககிட்ட பொய் சொல்லிட்டேன். Helmetக்கு பணம் வாங்க வந்த போது பொட்டியை திறந்தா குழந்தை... பாட்டிகிட்ட தந்துட்டேன்.

தாத்தா : நான் பாட்டி இல்லை... தாத்தா...

மைதிலி : முத்துகருப்பா, மவனே, நீ கிடைச்சுட்டியாடா? புள்ள, புள்ளையார் புடிக்க அனுமார்பாங்க... நாம் புள்ளையாரையும் அனுமாரையும் புடிச்சதுல தாத்தா புடிச்ச குழந்தையாயிருக்கு.

தாத்தா : இப்போ, கையெழுத்து போடலாமா?

மாது : தாத்தா, 10 லட்சம் ஜாஸ்தி தாத்தா...

தாத்தா : ஜாஸ்திதான். வைத்திய செலவுக்கு தேவை படறதே.

மைதிலி : வைத்திய செலவா? எம்புள்ளைக்கு என்ன ஆச்சு?

தாத்தா : சாரிம்மா... மைதிலி, உம்புள்ளை ஊமை.

மைதிலி : ஊமையா?

தாத்தா : ஆமாம். நடுவுல கொஞ்ச நேரம் குழந்தை

அழலை... டாக்டர் ரமாமணி கிட்ட போய் காட்டினேன். டாக்டர் குழந்தை பிறவி ஊமைங்கறார்.

ஜானகி : அய்யோ, முத்துகருப்பன் ஊமையா?

தாத்தா : அதான் வைத்திய செலவுக்கு 10 லட்சம் ஆகும்.

மைதிலி : என்னங்க, நம்ப புள்ளை ஊமையாமே?

தாத்தா : அழாதம்மா, என்ன பண்றது? உங்க விளையாட்டு வினைல முடிஞ்சுடுத்து. டாக்டர் சொன்னார், 'அப்பா ஊமையாயிருக்கறதுனால பையனும் ஊமையாம்.'

சீனாதானா : எலே கிழம், எந்த கூறு கெட்ட டாக்டர் பயமவன் சொன்னான்? அப்பா ஊமையாயிருந்தா புள்ளையும் ஊமைன்னு? எனக்கு இதோட 17 புள்ளவே. நான் ஊமைதான். மத்த 16 புள்ளைங்களும் பேசினா கிழவா உன் காது டமாரமாயிடும். 17வது புள்ளை மட்டும் எப்படிய்யா ஊமையா பொறக்கும்? நான் ஊமைன்னா என் 16 புள்ளைகளும் ஊமையாயிருக்க வேணாமா? சொல்லுவே கிழம்(சொக்காயை பிடித்து) முத்துகருப்பன் ஊமையா? நான் சொல்றேன்வே, எம் புள்ளை ஊமை இல்லைவே...

தாத்தா : உம் புள்ளை ஊமை இல்லை.

சீனாதானா : பின்ன ஏன்வே ஊமைனே?

தாத்தா : உன் வாயை தொறந்து உம் புள்ளை ஊமை இல்லேன்னு சொல்லவக்கறதுக்காகத்தான் அப்படி சொன்னேன். போறுமா?

மாது : தாத்தா. அப்ப உனக்கு...

தாத்தா : எல்லாம் தெரியும்... பால்காரன் டாக்டரா நடிக்கலாம், பட்டிக்காட்டான் ஊமையா நடிக்கலாம், உன் பொண்டாட்டி ஜானகி பெத்தவளா நடிக்கலாம், நான் மட்டும் இதெல்லாம் நெஜம்னு நம்பிண்டு அசடாவே நடிக்கணுமா...

மாது : தாத்தா CBI டயரில உன் உசுருக்கு ஆபத்துனு

போட்டு இருந்ததாலதான் இவ்வளவும் செஞ்சேன்.

தாத்தா : CBI டயரியா? முண்டம்... அது நான் எழுதின டயரிடா லூசு. அறிவு வேணாம்? எங்க தாத்தாவோட தாத்தாவோட தாத்தா காலத்துல ஏதுடா டைரி காலண்டர்லாம், ஓலைச்சுவடிதான். பஞ்சாங்கம்தான்.

மாது : அப்ப...

தாத்தா : நீயும் ஜானகியும் இப்போதைக்கு குழந்தை வேணாம்னு தள்ளி போட்டது எனக்கு புடிக்கல... சரி, இப்படி ஏதான எழுதினா பெத்துப்பீங்கன்னு பாத்தா, சாமி, பண்டாரம் சிங்கபெருமாள் கோவில் சீனாதானான்னு சுத்தறது. மாது இப்பவும் சொல்றேன், சொத்தை சத்யமா உம் பேர்ல எழுதப் போறதில்லை.

மாது : தாத்தா...

தாத்தா : பின்ன என்னடா? எழுதாமலயே இதுவரை நீ சீனாதானாக்கு 75000 அழுதுருக்க... எழுதியிருந்தா, என் சொத்து உம்மூலமா பொறக்கப்போற என் கொள்ளு பேரனுக்கு- அதுவும் அவனோட 18 வயசுல - உப்பிலி அதெ தாடா - இதுல இவன் பொறந்த பேரை வச்சு எழுதிடு... நான் இருக்கப் போறது இன்னும் ஒரு வருஷமோ, ரெண்டு வருஷமோ...

சீனாதானா : மாது தம்பி, நான் கிளம்பறேன். நம்ம விஷயத்தை கவனிப்போம். Hotel Cholaல சிங்கப்பூர் தாத்தா காத்துக்கிட்டு இருப்பார்.

மருதநாயகம் : வாய்யா... (சிங்கப்பூர் தாத்தா Entry)

சீனாதானா : சிங்கப்பூர் தாத்தா...

மருதநாயகம் : இது சிங்கப்பூர் தாத்தாவும் இல்ல, பர்மா பாட்டியும் இல்லை, சிந்தாதிரிப்பேட்டை சீனி ஐயர் - உங்க தாத்தா setup.

மாது : யோவ், அதான் ஆச்சு இல்லை? மீசையை எடேண்டா.

சீனாதானா : நீ வேற இது நெஜம் மீசைய்யா.
(வாமிட்டிங் Sound)

மாது : என்னது? வாந்தி சத்தம்? ஜானகி எங்க? (மைதிலி உள்ளே ஓட) என்ன Signal தராம வாந்தி எடுக்கறா?

மைதிலி : (வந்து) தாத்தா, நீங்க மெய்யாலுமே தாத்தாவாகப் போறீங்க...

மாது : என்னங்க ஆச்சி?

மைதிலி : மானாதூனா, நீங்க அப்பாவாகப் போறீங்க.

மாது : டாக்டர் வேணாம்?

மைதிலி : 17 பெத்தவ... நான் சொல்றேன் - இது அதேதான்... புள்ளைக்கு குடிக்க ஜலம் தந்துட்டு வரேன். (Exit)

மாது : எல்லாம் முத்துகருப்பன் வந்த வேளை. ஊரான் குழந்தையை ஊட்டி வளர்த்தா தன் குழந்தை வளரும்பாங்க. இங்க ஊட்டி வளர்த்ததுல நமக்கே குழந்தை பொறந்துருச்சு. (வாமிட்டிங் sound) ஏய் ஜானகி, எவ்வளவு தடவை எடுப்பேடி? அதான் ஒத்துண்டுட்டோமே, போறாதா? யோவ் சீனாதானா, போய் உன் ஆச்சிய கேளு, டாக்டரை வேணா கூப்பிடவான்னு...

(சீனாதானா ஓடி உள்ளே சென்று திரும்பி வந்து...)

மாது : என்ன சீனாதானா?

சீனாதானா : போவே... (வெக்கப்பட)

மாது : என்ன வெக்கப்படறே?

சீனாதானா : 18ங்க...

சுபம்

மங்களம்

www.ingramcontent.com/pod-product-compliance
Lightning Source LLC
LaVergne TN
LVHW100826051026
849519LV00006B/2189